என்.ஸ்ரீராம்

தேர்ந்தெடுத்த சிறுகதைகள்

தேர்வும் தொகுப்பும்
ந.முருகேசபாண்டியன்

டிஸ்கவரி பப்ளிகேஷன்ஸ்
எண்: 9, பிளாட் எண்: 1080A, ரோஹிணி பிளாட்ஸ்
முனுசாமி சாலை, கே.கே.நகர் மேற்கு,
சென்னை - 600 078. பேச: 99404 46650

வெளியீட்டு எண்: 0415

என்.ஸ்ரீராம்

தேர்ந்தெடுத்த சிறுகதைகள் (சிறுகதை)

தேர்வும் தொகுப்பும்: ந.முருகேசபாண்டியன்©

N.Sriram Therntheduthа Sirukathaigal (Short story)

Compiled by: N. Murugesapandian ©

Print in India

First Edition: Jan - 2019
Second Edition : December-2024

ISBN: 978-93-86555-89-2
Pages - 120
Rs. 150

Publisher • Sales Rights

Discovery Publications
No. 9, Plot,1080A, Rohini Flats,
Munusamy Salai,
K.K.Nagar West, Chennai - 78.
Tamilnadu, India.
Mobile: +91 99404 46650

Discovery Book Palace (P) Ltd
No. 1055-B, Munusamy Salai,
K.K.Nagar West,
Chennai-600 078.
Mobile: +91 87545 07070

discoverybookpalace@gmail.com / www.discoverybookpalace.com

இந்த நூலில் பிரசுரமாகியுள்ள எந்த ஒரு பகுதியையும் எழுத்துபூர்வமான முன்அனுமதி பெறாமல் எடுத்தாள்வதோ, மறுபிரசுரம் செய்வதோ, மொழியாக்கம் செய்வதோ, ஊடகங்களில் மறுபதிப்புச் செய்வதோ, காப்புரிமைச் சட்டப்படி தடை செய்யப்பட்டுள்ளது. இந்த நூலிலிருந்து சில பகுதிகளை மேற்கோள்காட்டி நூல்அறிமுகம் செய்யலாம்.

உங்கள் மொபைல் போனிலிருந்து ஸ்கேன் செய்து 'டிஸ்கவரி புக் பேலஸ்' மொபைல் ஆப்பை டவுன்லோடு செய்து, புத்தகங்களை வாங்குங்கள்.

Scan and download

என்.ஸ்ரீராம் கதைகள் சித்திரிக்கும் புனைவுலகு: வதைகளும் வலிகளும் நிரம்பிய வெளி

தமிழக நிலவெளியெங்கும் புனைகதைகள் காலங்காலமாக மிதக்கின்றன. எது புனைவு, எது நிஜம் என்ற கேள்விகளுக்கு அப்பால் சொல் விளையாட்டுத் தொடர்கிறது. ஒவ்வொரு சொல்லுக்குப் பின்னரும் ஒரு கதை பொதிந்திருக்கிறது. அன்றாட அரசியலும் கதைகளும் பிரிக்கவியலாதவாறு பிணைந்துள்ளன. சூழலியல் நாசத்திற்கெதிராகப் போராடிய தூத்துக்குடி மக்களை அநியாயமாகக் கொன்றுவிட்டு சமூகவிரோதி, தீவிரவாதி, தேசவிரோதி என, தமிழக அரசு புனைந்திடும் கதைகளுக்குக் கணக்கேது? நவீன வாழ்க்கையில் காட்சி ஊடகங்கள் காட்சிப்படுத்துகிற காட்சிகளுக்குப்பின்னர் அளவற்ற கதைகள் ஒளிந்திருக்கின்றன. எதுவும் நடப்பதற்கான சாத்தியங்கள் நிரம்பிய வாழ்க்கையில் மனித இருப்பானது, கதைகளால் ததும்பி வழிகிறது. கதை என்பது மொழியின் அலகிலா விளையாட்டு. மௌனமும் பேச்சும் ஒன்றிணைகிற இடத்தில் பாவனையுடன் வெளிப்படுகிற கதைகள் புனைவின் மொழியால் காலத்தைப் பதிவாக்கிட முயலுகின்றன. பேச்சு மொழி, எழுத்து மொழி என இருவேறு நிலைகளில் புனைவுகளைக் கட்டமைத்திடும்போது, இலக்கியப் பிரதி வடிவெடுக்கிறது. குறிப்பாக, நாட்டார் மரபுசார்ந்த நிலையில் உருவாக்கப்படுகிற புனைவுகள், காத்திரமான அரசியல் பிரதிகளாக வடிவெடுக்கின்றன. இதுவரை அறியப்பட்ட உலகினுக்கு மாற்றாக கிராமியப் பின்புலத்தில் வெளிப்படுகிற கதைகள், ஒருவகையில், பண்பாட்டு அடையாளத்தை மறுதலிக்கின்றன. பொதுப்புத்தியில் உறைந்திருக்கிற கருத்துகளுக்கு மாற்றாகப் புதிய வகைப்பட்ட பேச்சுகள் உருவாவதற்கான சாத்தியமான

சூழலில் என்.ஸ்ரீராமின் கதைகளை அணுகவேண்டியுள்ளது. தொண்ணூறுகளின் பிற்பகுதியில் புனைகதைகளை எழுதத் தொடங்கிய ஸ்ரீராமின் கதைத்தளமானது, கொங்கு வட்டாரம் சார்ந்து பெரிதும் விரிந்துள்ளது. தாராபுரம் என்ற நிலவெளியில் வாழ்ந்திடும் மக்களின் கதைகளை முன்னிறுத்துகிற எழுத்துகள், வாழ்வின் துயரங்களைப் பேசுகின்றன. சில கதைகள் பெருநகரத்து வெக்கையில் வதங்கிடும் இளைஞர்களின் அவலங்களைப் பதிவாக்கியுள்ளன.

கதை என்பது மொழிகளால் ஆன குறியீடு. புறவுலகைப் புரிந்திட மனிதனுக்கு எப்போதும் கதைகள் உதவுகின்றன. அமானுட ஆற்றல் தொடங்கி, இயற்கையின் பிரமாண்டத்தை விளங்கிடக் கதைகளின்வழியான முயற்சிகள், சங்க இலக்கியம் தொடங்கி, இன்றளவும் தொடர்கின்றன. இன்னொருபுறம் பயம், நாடோடித்தனம், கொண்டாட்டம், அற்பத்தனம், உன்னதம், அபத்தம், மகிழ்ச்சி எனப் பல்வேறு நிலைகளில் புனைகதைகள், சூழலை அடையாளப்படுத்துகின்றன. தொன்மம், புராணம் போன்ற பழங்கதைகள், ஒருவகையில் நாட்டார் கதைகளுடன் தொடர்புடையன வாழ்வின் கணக்கற்ற சாத்தியப்பாடுகளை முன்னிறுத்திப் பேச்சை உருவாக்குகிற வல்லமையுடைய கதைகள் வெறும் புனைவுகள் மட்டுமல்ல. ஸ்ரீராமின் பெரும்பாலான கதைகள் எளிய கிராமத்து மக்களின் வாழ்க்கையைச் சித்திரித்தாலும், அவை வாழ்க்கை குறித்து எழுப்புகிற கேள்விகள் ஆழமானவை. புனைவை எழுதுகிறபோது ஸ்ரீராம், தான் பிறந்து வளர்ந்த தாராபுரம் மண்ணின் இருப்பையும், தான்சார்ந்த இனக்குழு வாழ்க்கையையும் தொன்மத்தையும் பண்பாட்டு நிகழ்வுகளையும் வாய்மொழி வரலாற்றையும் கவனப்படுத்தியுள்ளார். கதைசொல்லி என்ற நிலையிலிருந்து விலகி, தன்னிலை அற்ற சூழலில் ஸ்ரீராமின் கதைமொழியானது, மற்றமையாக மாறியுள்ளது.

கிராமத்து நிலம்சார்ந்த எழுத்தைப் பதிவாக்குகிற ஸ்ரீராமின் கதைகள், இனவரைவியல் தன்மையுடன் எப்பொழுதும் மண்ணுடன் நெருக்கமாக இருக்கின்றன. தமிழகக் கிராமம் என்பது கள்ளங்கபடமற்றது, வெளிப்படையானது, புனிதமானது, எளிமையானது என இதுவரை பொதுப்புத்தியில் உருவாக்கப்பட்டுள்ளது, சரியல்ல. தோப்புகளும் துரவுகளும் நிரம்பிய நிலவெளியில் கண்ணுக்குப் புலப்படாத பல்வேறு அடுக்குகளில் உறைந்திருக்கிற விநோதங்களும் மர்மங்களும் நிரம்பித் ததும்புகின்றன. யதார்த்தத்தில் கிராமத்து மனிதர்களும், நடப்பு வாழ்க்கையும் சொல்லாடல்களும் ஒரு வரையறைக்குள் அடங்காதவை. இதனால்தான் ஸ்ரீராமின் கதைசொல்லல்

முடிவிலியாக நீள்கிறது. இந்த எளிய மனிதர்கள் அன்றாடம் எதிர்கொள்கிற பிரச்சினைகள், ஏன் இப்படி எல்லாவற்றையும் சிதைக்கின்றன என்ற கேள்வியுடன் ஸ்ரீராமின் கதைகள் வாசிப்பின்வழியாக உருவாக்குகிற பிரதிகள் கவனத்திற்குரியன.

ஸ்ரீராமின் கதைகள், கொங்கு மண்ணின் இருப்பைப் பதிவாக்கியுள்ளதில் நுண்ணரசியல் பொதிந்துள்ளது. தாராபுரம் வட்டாரம்சார்ந்த கூர்மையான அவதானிப்புமூலம், அவருடைய எழுத்து உருவாக்கியுள்ளது, சமகாலப் பண்பாட்டின் கூறுகள் என்று சொல்லமுடியும். நிலம்சார்ந்த படைப்பு என்பது சங்க காலத்தில் தொடங்கி இன்றுவரை தொடர்கிறது. ஒவ்வொரு நிலத்துக்குமென உருவாகியிருக்கும் தனிப்பட்ட கூறுகள், அந்த நிலத்தில் வாழ்கிற மனிதன் உள்ளிட்ட எல்லா உயிரினங்களின் இருப்பையும் தீர்மானிக்கின்றன. வானம் பார்த்த பூமிக்கும் மழைக்குமான உறவு அறுபடுகையில், அன்றாட வாழ்க்கையில் மதிப்பீடுகளின் சரிவு தொடங்குவதை ஸ்ரீராமின் கதைகள் முன்னிறுத்துவது, இயற்கை சார்ந்த தேடலாகும்.

ஸ்ரீராமின் தொடக்ககாலக் கதைகள் எளிய விவரணைகள்மூலம் கிராமத்துப் பின்புலத்தில் விரிந்துள்ளன. பிந்தைய கதைகள், வாழ்க்கைக்கும் கிராமத்து மனிதர்களுக்கும் இடையிலான உறவின் வெக்கையை அழுத்தமாகப் பதிவாக்கியுள்ளன. நிலம், வேளாண்மை, மழை என்ற மூன்று சொற்களும் நிலத்துடன் மல்லுக்கட்டுகிற விவசாயியின் வாழ்வில் முதன்மையிடம் வகிக்கின்றன. அன்றாடம் உயிர் வாழ்வதற்கு ஆதாரமான உணவு உற்பத்தியில் ஈடுபடுகிற விவசாயிக்கு, நாளை என்பது மற்றுமொரு நாளைதான். வேறுவழி எதுவும் அறியாத சூழலில் மண்ணுடன் பிணைக்கப்பட்டுள்ள தனது இருப்பு குறித்த பிரக்ஞை எதுவுமற்ற கிராமத்தினர் படுகிற பாடுகள், அளவற்றவை. மழை பொழியாமல், போதிய நீர் இல்லாமல் சாவியாகிற பயிர்கள் ஒருபுறம் எனில், மழை கொட்டித் தீர்த்து, நாசமடையும் பயிர்கள் இன்னொருபுறம் என விவசாயியின் இயற்கையுடனான சூதாட்டம் தொடர்கிறது. அடுத்த வருடம் எல்லாம் சரியாகும், விளைச்சல் அமோகமாகும் என்ற நம்பிக்கை, பெரும்பாலான விவசாயிகளின் ஜீனில் இருக்கிறது என்று சொல்லவேண்டும். மீண்டும்மீண்டும் நம்பிக்கை பத்திரத்தைப் புதுப்பிக்கிற விவசாயியைத் தள்ளிநின்று அவதானிக்கிற கதைசொல்லியான ஸ்ரீராமின் ஆதங்கம், மனவேதனைதான் கதையாகியுள்ளனவா? யோசிக்க வேண்டியுள்ளது.

ஸ்ரீராமின் பெரும்பாலான கதைமாந்தர்கள், வாசகர்களுடைய கூட்டுக் கற்பனையில் ஏதோ ஒருவகையில் நிஜமான மனிதர்களாக

மாறிவிடுகின்றனர். ஏனெனில் பல்லாண்டுகளாக இத்தகைய மனிதர்கள்மீது மனித உணர்ச்சிகள் முதலீடு செய்யப்பட்டுள்ளன. பொதுவாக, அன்றாட வாழ்வில் ஒவ்வொருவரும் அளவற்ற புனைவுகளில், உணர்ச்சிப் பெருக்கில் திளைக்கிறோம். வாசகர்களை இத்தகைய கதைமாந்தர்களுடன் மாந்தராக ஒருவிதமான மயக்கத்தில் வாழச்செய்தல்தான் புனவிலக்கியத்தின் வல்லமை. பிரதியின் உலகில் தொன்மக் கதைகளில் இடம்பெற்றுள்ள கதைமாந்தர்களும், யதார்த்தப் புனைவில் உருவாகிடும் கதைமாந்தர்களும் பயணிக்கின்றனர். ஒருநிலையில், தான் உருவெடுப்பதற்குக் காரணமாக இருந்த பிரதியில் இருந்து வெளியேறுகிற கதைமாந்தர்கள், அடுத்தடுத்த பிரதிகளில் குடியேறுகின்றனர். இதனால்தான் கிராமத்து மனிதர்கள் என்று எளிதில் ஒதுக்கிட இயலாதவாறு ஸ்ரீராம் புனைந்துள்ள கதைமாந்தர்கள் வாசக மனதில் குடியேறுகின்றனர். பொதுவாக, ஸ்ரீராமின் கதைமாந்தர்கள் கையாலாகாதவர்கள் அல்லது தங்களுடைய வீழ்ச்சிக்குத் தாங்களே வழியமைக்கின்றனர். சொந்தக் காசில் சூன்யம் வைத்துக்கொள்வதில் ஏன் கிராமத்தினர் ஆர்வத்துடன் முனைகின்றனர்? கடவுள் அல்லது விதி என்று வரையறுத்திட இயலுமா? கதைமாந்தர்களின் செயல்பாடுகள் மாற்றமுடியாத பின்புலமுடையவை. புனைவைவிட யதார்த்தத்தில் ஏன் இப்படியெல்லாம் நடக்கின்றன என்ற கேள்விகள் முக்கியமானவை. ஸ்ரீராம், கதைப்பிரதியில் முன்வைக்கிற மாற்றமுடியாத கதையாடல்களின் போக்குகளும் கதைமாந்தர்களின் இயல்புகளும் வாசக விருப்பங்களுக்கு எதிரானவையாக இருக்கின்றன. அந்தக் கதைகள் முக்கியம் அல்ல என்ற ஓர்மையுடன் வாசிக்கையில், அவை நமது கதைகளாக உருவெடுக்கின்றன. அதனால்தான் துயரம் ததும்பிடும் மகாபாரதம் தொடங்கி துன்பியலை ருசிக்கத் தொடங்குகிறோம். இத்தகைய பின்புலத்தில்தான் ஸ்ரீராமின் புனைகதைகளில் வெளிப்படும் கசப்பு, அவலம், வன்முறை, குரோதம் போன்றவற்றை கதைகளுடன் இசைவாக்கி உரையாடலைத் தொடங்குவது நடைபெறுகிறது. வாசிப்பில் நிம்மதியின்மையை உருவாக்கிடும் ஸ்ரீராமின் கதைகளை வாசிப்பது, ஒருவகையில் முரண். யதார்த்தத்தில் அதுதான் நடைபெறுகிறது.

பொதுவாக, மனிதனை மையமிட்ட சூழல் என்றநிலையில் இயற்கையைப் புரிந்திடாமல், நாசமாக்குதல் துரிதமாக நடைபெறுகிற காலகட்டத்தில், சூழல்சார்ந்து மனித இருப்பை அறிந்திட ஸ்ரீராம் முயன்றுள்ளார். பூமியானது அனைத்திற்கும் ஆதாரமென்ற நிலையில் பூச்சிகள் தொடங்கிப் பல்வேறு உயிரினங்களுடன் பரந்துபட்ட வெளியில் மனிதனைப்

பொருத்துதல், இவருடைய கதைகளில் இடம் பெற்றுள்ளது. ஸ்ரீராமின் கதைசொல்லலில் முக்கிய அம்சம், இயல்பாக இயற்கையை வருணித்தல். சிறிய சம்பவம் என்றாலும் பூச்சி, பறவை, செடிகொடி என இயற்கையை கதைக்குள் கொண்டுவருதல் முடிவற்று நீள்கிறது. ஊரைவிட்டு வெளியேறி சென்னையில் வாழ்ந்தபோதிலும், தாராபுரத்து மண்ணின் வெக்கையும் ஈரமும் அடுத்தடுத்து இவருடைய புனைவுகளில் நெடியடிக்கின்றன. நிலம் என்பது அங்கே வாழ்கிற மனிதர்களையும் உள்ளடக்கியது என்றநிலையில் முடிவற்ற கதைகள் வெவ்வேறு கோணங்களில் சொல்லப்பட்டுள்ளன. கத்தாழங்குருவிகள், ஆந்தைகள், அழுக்கு வண்ணான் குருவிகள், கோட்டான்கள், செம்போத்து, இச்சி மரங்கள், கிளுவை மரம், வேலா மரம், சோளத்தட்டை, உழுவாம் பூச்சி, தோக்குருவிகள், செம்மறிகள் என உயிரினங்கள் சார்ந்த விவரிப்பில் ஸ்ரீராமிற்குச் சொல்வதற்கு இன்னும் கதைகள் நிரம்ப உள்ளன. கொங்கு நிலத்திற்கே உரிய தனிப்பட்ட அம்சங்களைக் கண்டறிந்து, ஸ்ரீராம்போல இத்தனை நுணுக்கமாக எழுதிய படைப்பாளர்கள் ஒப்பீட்டளவில் குறைவு. கரிசல் நிலம் சார்ந்த கதைசொல்லலில் கி.ராஜநாராயணன்போல, கொங்கு மண் சார்ந்து தனித்த கதைசொல்லியாக ஸ்ரீராம் பட்டையைக் கிளப்பியுள்ளார்.

கிராமத்தில் வாழ்கிற விளிம்புநிலையினரான பூசாரி, கோடாங்கி, ஆடு மேய்ப்பவர், கிணறு தோண்டுபவர், வாத்து மேய்ப்பவர், கொட்டு அடிப்பவர், கொம்பு ஊதுபவர், பேயோட்டுபவர், மாட்டிறைச்சி விற்பவர், அருவியில் தவறி விழுந்தவர்களைத் தேடியெடுப்பவர் எனப் பல்வேறு பிரிவினர் ஸ்ரீராமின் கதைமாந்தர்களாகியுள்ளனர். மாறிவரும் கிராமியச் சூழலுடன் பொருந்திப் போக முடியாமல் தத்தளிக்கிறவர்கள், எதிர்கொள்கிற அவலங்கள் தொடர்கின்றன. மாறிவரும் கிராமியச் சூழல் அவர்களைக் கிராமத்து வெளியைவிட்டுத் துரத்துகிறது. எதிலும் சார்ந்திட இயலாமல், பொருளியல் வாழ்க்கையில் படுகிற வதைகளும், ஆதிக்க சாதியினரால் ஏற்படுகிற அவமானங்களும் சிலரை மதிப்பீடுகளைத் துறந்து அத்துவான வெளியில் அலைகிறவர்களாக மாற்றிவிட்டன. சிலர் சிறுநகரத்தில் தறி வேலை, போர் லாரியில் ஊர் ஊராகப் பயணம் எனச் செல்கின்றனர். புதிதாகச் சென்ற இடத்தில் இணைந்திட முடியாமலும், கிராமத்து மண்ணுக்குப் போக இயலாமலும் தத்தளிப்பது தொடர்கிறது.

கிராமம் என்பது அதியற்புதமானது, தூய்மையானது என பொதுப்புத்தியில் உருவாக்கப்பட்டுள்ள புனைவுகளுக்கு

மாற்றான உலகைச் ஸ்ரீராம் சித்திரித்துள்ளார். வலுவான சாதிய அடுக்கில் மேல்/கீழ் கற்பித்து கிராமத்தினரை நிரந்தரமாகப் பாகுபடுத்தி இருக்கிற சூழலின் வெக்கை, கிராம வெளியெங்கும் பரவியிருக்கிறது. தோட்டி, சாணார், மாதாரி, கவுண்டர் போன்ற சாதிகளின் பின்புலத்தில் கிராமத்தினரின் ஒவ்வொரு செயலும் கண்காணிக்கப்படுகின்றன. இடுகாட்டில் புதைகுழி வெட்டுகிறவனாக அரண்மனைக்காரர் உள்ளிட்ட கவுண்டர் வளவு ஆட்களால் வலுக்கட்டாயமாக மாற்றப்பட்ட சோமனின் வலியைப் பேசுகிற 'நிழல் விளையாட்டு' கதை, சாதிய மேலாதிக்கத்தின் குறியீடு. அரண்மனைக்காரர் தன் வீட்டு மாட்டுத்தொழுவத்தில் வேலைசெய்த சோமனின் அக்காவுடன் பாலுறவுகொள்கிறார். அதனால் கருவுற்ற அக்கா குளத்தில் விழுந்து தற்கொலை செய்துகொண்டவுடன், அவளுக்குக் குழி வெட்டிய தம்பியான சோமன், ஊரார் சொல்வதற்கேற்ப அவளுடைய வயிற்றைக் கத்தியினால் கிழித்து அடக்கம் செய்கிறான். ஆதிக்க சாதியினரின் அதிகாரம் எங்கும் வலுவாக இருக்கும்போது, யாரிடமும் நியாயம் கேட்கமுடியாமல் சோமன் உறைகிறான். ஒருகட்டத்தில் அநியாயமாக அரண்மனைக்காரர் அடித்து உதைத்ததினால் கோபமடைந்து சோமன் கேட்ட கேள்வியினால், அரண்மனைக்காரர் தூக்கில் தொங்குகிறார். சோமனை இரவோடு இரவாக வெட்டிப் புதைக்காமல், அரண்மனைக்காரர் தற்கொலை செய்துகொண்டார் என்பது முரணாக இருக்கிறது. என்றாலும் சாதியத்தின் கொடூரத்தைச் சொல்கிறபோது, அதற்கெதிரான நிலையில் விளிம்பு நிலையினரின் மனக்குமுறலைப் பதிவுசெய்திட முயலுவது ஸ்ரீராமின் நோக்கமாக இருக்கலாம். கிராமத்தில் பிறந்து வளர்ந்தவர்கள் மழை பொழியாமையினால், விவசாயம் நசிந்து போனதால், வாழ வழியற்ற நிலையுடன், சாதியின் பெயரால் அவர்களைக் கிராமத்தைவிட்டு அடித்துத் துரத்துகிற அவலத்தையும் எதிர்கொள்ள நேரிடுகிறது.

ஸ்ரீராமின் கதைகளில் இடம்பெற்றுள்ள பெண்கள், சொற்களுக்கு இடையே ஒளிந்திருந்து புனைவாக வெளிப்படுகின்றனர். பெண்கள், இதுவரை மரபான பின்புலத்தில் பண்பாடு என்ற பெயரில் பெண்ணுடல்கள்மீது சுமத்தப்பட்டுள்ள மதிப்பீடுகளைக் கேள்விக்குள்ளாக்குகின்றனர். பெண் என்ற சொல்லின்பின்னர் பொதிந்திருக்கிற தொன்மக் கதையாடலைச் சிதைத்துப் புதிய வகைப்பட்ட பெண்களைக் கதைமாந்தர்களாக்கியுள்ள ஸ்ரீராமிற்குப் பருண்மையான நோக்கம் இருக்கிறது. 'தாமரை நாச்சி' கதையில் மனப்பிறழ்வுக்குள்ளான தாமரை நாச்சியினால், ஏனைய மூன்று பெண்களின் திருமணம் தடைபடுகிறது. அவளுடைய தந்தையான மணியக்காரர் நஞ்சினைத் தந்து, மகளான

நாச்சியைக் கொல்கிறார். அப்புறம் நாச்சியின் அம்மா அழுகிற சப்தம் இரவு முழுக்கக் கேட்கிறது. அம்மாவின் அழுகை ஒலியும் திடீரென சாமத்தில் நின்றுபோனது. எந்தவிதமான பதற்றமும் இன்றி தொடர்ச்சியாக குடும்பத்தில் கொலைகளைச் செய்கிற மணியக்காரர் இயல்பாக இருக்கிறார். பெண் என்பவள் சகஉயிர் என்ற நிலையினுக்கு அப்பால், அவள்மீது சுமத்தப்படுகிற வன்முறை காலந்தோறும் தொடர்கிறது. கதைசொல்லலில் எந்த இடத்திலும் தனது குரலைப் பதிவாக்கிடாமல் தாமரை நாச்சியையும் அவளது அம்மாவையும் தொன்மக் கதையாக்கி, வாசிப்பில் ஸ்ரீராம் உருவாக்கிடும் வலிகள், பெண்ணின் துயரத்தை மட்டும் பேசவில்லை. ஆண் மேலாதிக்கச் சமூக அமைப்பில் எல்லாவிதமான நியாயங்களும் இருக்கின்றன என்ற அடிப்படையில்தான் பெண்மீது சுமத்தப்படுகிற நெருக்கடிகள் காலந்தோறும் தொடர்கின்றன.

‘இரவோடு போயினர்’ கதையில் முரட்டுத்தன்மையுடைய 40 வயதான செங்காட்டுரான், 15 வயதான இளம்பெண்ணைத் திருமணம் செய்துகொள்கிறான். அந்தப் பெண்ணின் மனவோட்டம் குறித்து கதையில் பதிவு எதுவுமில்லை. மனைவியின் நடத்தையில் சந்தேகப்பட்டவன், ஐந்துபேரை வெட்டிச் சாய்த்து சிறைக்குப் போகிறான். சிறையில் இருந்து திரும்பிவரும் செங்காட்டுரானை கிராமத்தினர் பொருட்படுத்தாதபோது, அவனுக்கு உணவு தருகிறார் விளிம்புநிலையினரான, சலவைத் தொழிலாளி சாம்பசிவம். குழம்பிய மனதுடன் அவன் எங்கேயாச்சும் போகலாம் என முடிவெடுக்கிறான். சாம்பசிவனின் மூத்த மகள் பெரிய மணியக்காரரின் மகனுடன் உடன்போக்குச் செல்கிறாள். சாம்பசிவத்தைக் கிணற்றுக்குள் தலைகீழாகக் கட்டித் தொங்கவிட்டு சின்ன மணியக்காரர் சித்ரவதை செய்கிறார். கிராமத்தினர் யாரும் தடுக்கவில்லை; வேடிக்கை பார்க்கின்றனர். ஓடிப் போனவர்களை மீண்டும் கிராமத்துக்கு அழைத்து வருகின்றனர். சாம்பசிவத்தின் மகள் அரளி விதையை அரைத்துக் குடித்துத் தற்கொலை செய்துகொள்கிறாள். கிராமத்தினரின் எதிர்வினை மௌனம். எதுவும் நடக்காததுபோல செயல்படுகின்றனர். வயதுக்கு வந்த மகளுக்கு நடைபெற்ற தெறட்டி விழாவில், போதிய மாத்துத் துணி தரவில்லை எனக் கேவலமாகத் திட்டுகிற சின்ன மணியக்காரரின் பேச்சு, ஏற்கனவே துக்கத்தின் வலியில் துடிக்கிற சாம்பசிவத்தை 'எங்கேயாச்சும்' போகலாம் என முடிவெடுக்கத் தூண்டுகிறது. சேவைத் தொழில் செய்கிற தொழிலாளியைச் சகமனிதனாக நினைக்காத ஆதிக்க சாதியினரின் அதிகாரமும் திமிரும் கட்டற்றுப் பரவும்போது, கிராமம் என்ற சொல் அர்த்தமிழக்கிறது. விளிம்புநிலையினரைக்

கிராமத்தின் ஆதிக்க சக்திகள் வாழவிடாமல் துரத்துகின்றன என்பதாகக் கதையாடல் விரிகிறது. மார்க்ஸ் சொன்னதுபோல, மோனதவத்தில் இருக்கிற கிராமங்கள், சிறிய எதிர்ப்பினையும் அடக்கியொடுக்கிக் கண்காணிப்புத் தளத்தில் உக்கிரமாகச் செயல்படுகின்றன.

இனக்குழு தேவதை, இயற்கைசார் தேவதை போன்ற நாட்டார் தெய்வங்களுடன் செய்வினை, மந்திரிகம், குறி சொல்லல், காவடி என அதியற்புதச் சம்பவங்கள் இடம்பெற்றுள்ள கதைகள் சுவராசியமானவை. ஸ்ரீராமின் எழுத்தானது இனக்குழு, நிலம், கிராமியச் சமூகம், தொன்மம், வெளி, மழை, வெய்யில் என எழுதப்படுகையில் அவருடைய தன்னிலை மறைந்துபோகிறது.. முனி விரட்டு, நெட்டுக்கட்டு வீடு, ஆறுமுகக் காவடி, உருவாரம், பிணம் தழுவியவன், சிதைகோழி, கொம்பூதிகள், கருப்பணவெளி, உடுக்கை விரல் போன்ற கதைகளில் கிராமத்தினரின் நம்பிக்கைகள் துடியான கடவுள்கள், கெட்ட ஆவிகள், மாந்திரிகம் சார்ந்த அம்சங்கள் பதிவாகியுள்ளன.

கிராமத்து வெளிகளில் எல்லா மூலைகளிலும் ஏதோவொரு கண்ணுக்குப் புலப்படாத தீயஆவிகள் உறைந்திருப்பதான நம்பிக்கை, பலரையும் பயத்துக்குள்ளாக்குகிறது. திடீரென உடல் நலக்குறைவு ஏற்பட்டால், எதிராளி ஏவிவிட்ட செய்வினைதான் காரணமென்ற நம்பிக்கை நிலவுகிற கிராமத்தினரிடையில் காத்து, கருப்பு, பில்லி, சூனியம், ஏவல் பற்றிய பேச்சுகள் எங்கும் பரவியுள்ளன. முனி அப்புச்சியை நினைக்காத சூழலினால் நான்கைந்து ஆண்டுகளாகத் தொடர்ந்து மழை பொழியாமல் போயிற்று. மாராண்டி விரதமிருந்து முனியாக மாறினான். இரவில் எருமைக் கிடாயைப் பலியிட்டுக் குடலை கழுத்தில் மாலையாகப் போட்டுக்கொண்ட மாராண்டி, தெய்வமுற்று ஆவேசமாக ஊருக்குள் ஓடிவர, ஊரார் வீட்டுக்கதவை அடைத்துக்கொண்டு பீதியில் உறைந்திருந்தனர். சாட்டைக்காரனின் சாட்டை விளாசலில் முனியின் உடலில் ரத்தம் கசிந்திட, கடைசியில் “நா போறேன். ஓடிப்போறேன். என்னை உட்டுடுங்கோ” என்று கத்துகிறது. காலையில் வீட்டுக்குத் திரும்பிய முனியாக ஆடிய மாராண்டியைப் பார்த்து, அவனது மகன் “அம்மா முனி வந்திருச்சு தொரத்துமா அதை” என்று கத்துகிறான். எது புனைவு எது யதார்த்தம் என்ற வரையறை சிதைந்திட மாராண்டியா, முனியா என்ற கேள்வி தோன்றுகிறது.

‘நெட்டுக்கட்டு வீடு’ கதையில் செல்லீயக் கவுண்டரை மையமிட்ட சம்பவங்கள் விநோதம் கலந்த கொடூரமானவை. கம்மாலனுக்குத் தருவதற்காக வைத்திருந்த பழைய வேட்டி,

சட்டையை சாமக்கோடாங்கிக்குக் கவுண்டர் தந்தபோது, அவற்றை அவன் ஏன் சுடுகாட்டில் வீசிவிட்டுப் போனான்? மருந்து எடுப்பதில் வல்லவனும் மந்திரவேலையில் கைதேர்ந்தவனுமான மலையாள மாந்திரிகன், பூமிக்குள் இருந்து எடுத்த பாட்டிலில் முடிகளும் தாயத்துகளும் இருந்தன. அவருடைய மகள் பழனத்தாளின் தற்கொலை, பிரமாண்டமான வீடு சிதலமாகிட, தனிஆளாகச் சோற்றுக்கு வட்டிலை ஏந்துகிற கவுண்டர் என கதை தொடர்கிறது. உண்மையில் மருந்து என்ற மாயம், கவுண்டரின் செயல்பாடுகளில்தான் இருக்கிறது என்று கதைசொல்கிறாரா ஸ்ரீராம்? எதிரிக்கு மரணத்தை ஏற்படுத்துவதற்காக அவனைப்போல உருவம் செய்து மலையாள மாந்திரிகன்மூலம் உருவேற்றி சுடுகாட்டில் வைத்துச் சடங்கு செய்திட முயலுகிற சம்பவத்தின் பின்புலத்தில் சொல்லப்பட்ட 'உருவாரம்' கதை, மூடநம்பிக்கைக்கு எதிரானது. கெட்ட ஆவி, தீமையைத் தரும் மாந்திரிகச் சடங்கு என்பதற்கும், அவை எல்லாம் நம்பிக்கை சார்ந்தவை என்ற புரிதலுக்கும் இடையில் சொல்லப்பட்டுள்ள கதை, மாறிவரும் கிராமத்தின் இன்னொரு முகம். பழனிக்குக் காவடி எடுத்துச்செல்கிற பெரிய பூசாரி, உடன்வரும் பெரிய தோட்டி என இருவரும் செல்கிறவழியில் மலையாள மாந்திரிகனின் ஏவலால் ஏற்படுகிற அதியற்புத நிகழ்வுகள் ‘ஆறுமுகக் காவடி’ கதையாகியுள்ளது. தெய்வ ஆவேசமுற்று ஆடுவதில் சாதி பார்த்துச் சந்நதம் வருவதில்லை. இப்படி நடக்குமா? என்ற கேள்விக்குக் கதையில் இடமில்லை. கதைமாந்தர்கள் எல்லாம் தொன்மங்களாகிப் பல்லாண்டுகளாகக் காவடி தூக்கிச் செல்கிறவர்கள் மத்தியில் உலாவிக்கொண்டிருக்கின்றனர். ஸ்ரீராம் விநோதமும் அதியற்புதமும் ததும்பிடும் கதைகளை ஆவேசமுற்ற நிலையில் பதிவாக்கியுள்ளார். இப்படி நடக்குமா என்று வாசிப்பில் எழுகிற கேள்விகள் அர்த்தமற்றவை.

கலைஞனுக்கும் அமானுட ஆற்றலுக்கும் இடையிலான உறவைச் சொல்கிற 'உடுக்கை விரல்' கதை, நுட்பமானது. கதைசொல்லியின் அப்பா மாபெரும் உடுக்கடிக் கலைஞர். கடுமையான வறட்சி நிலவும் கோடைகாலத்தில், பொன்னர் சங்கர் கதைப்பாடலை உடுக்கடித்துப் பாடினால் மழை பொழியுமென்பது ஐதீகம். நிகழ்த்துக் கலை, கலைஞர் என்பதற்கு அப்பால் இயற்கையுடனான உறவில், கூத்தானது வேறு ஒன்றாக உறுமாறுகிறது. கூத்துக் குடும்பப் பாரம்பரியத்தில் இருந்துவந்த கதைசொல்லி, இரவில் சண்முகா நதியில் தனியாளாக இருந்து, ஆவேசத்துடன் உடுக்கடித்துப் பாடிய பாடலினால் மழை பொழியவில்லை. விரக்தியில் வெண்கல உடுக்கையையும் உடுக்கை விரல்களையும் தண்ணீரில்

தூக்கியெறிந்த கலைஞன், பழநிமலைப் படிக்கட்டில் போய் அமர்ந்தான். அவன் முன்னால் நாணயங்கள் விழுந்தன. இன்றும்கூட கிராமத்தினர் உடுக்கடிக் கலையை அதியற்புத ஆற்றலுடன் தொடர்புடையதாக நம்புகின்றனர். கூத்துக் கட்டினால் நிச்சயம் மழை பொழியுமென்ற கிராமத்தினரின் நம்பிக்கையுடன் தொடர்புடையவர்களாகக் கலைஞர்கள் மாறியுள்ளனர். இயற்கையுடன் ஏதோ ஒருவகையில் வினையாற்றும் வல்லமையுடைய கூத்துக்கலைஞன், இறுதியில் பிச்சைக்காரனாக மாறுவது துயரத்தின் உச்சம். மாறிவரும் சூழலில் மகாகலைஞன் என்றாலும் அவனும் கைவிடப்பட்டுத் தனிமையாக நிற்கையில் என்ன செய்ய? என்பதை ஸ்ரீராம் கதையாக்கியுள்ளார்.

மனிதர்களின் இன்னொரு பக்கம் எப்படியெல்லாம் இருக்கிறது என விரிந்திடும் 'வெளி வாங்கும் காலம்', 'விசுவாசம்' ஆகிய இரு கதைகளும் உறவுகளின் வலியைப் பதிவாக்கியுள்ளன. அதிர்ச்சியை ஏற்படுத்துவது ஸ்ரீராமின் நோக்கமல்ல என்றாலும் கதைகள் உருவாக்குகிற உலகம், இப்படியெல்லாம் மனிதர்கள் இருக்கின்றனர் என்பதை கோட்டோவியமாகச் சித்தரித்துள்ளது.

கொங்கு நிலவெளிக்கு அப்பால் சில கதைகள் சென்னை நகரப் பின்புலத்தில் விரிந்துள்ளன. திரைப்படக் கனவுடன் சென்னை நகருக்குப் போய் அரைப் பட்டினியுடன் ஏழாண்டுகளாகப் போராடுகிற இவன் பற்றிய 'வண்ணக் கனவுகளும் அப்பாவும்' கதை வலியை உள்ளடக்கியுள்ளது. ஊரில் வசதியாக இருக்கிற பிரசிடெண்ட் நாராயணசாமி ஒருபுறம் எனில், அவருடைய மகன் சினிமாவுக்காக அனுபவிக்கிற சிரமங்கள் இன்னொருபுறம் என்ற நிலையில் ஸ்ரீராம் விலகி நிற்கிறார். கதையில் வருகிற இவன் அல்லது அப்பா நீங்களாக இருக்கக்கூடிய சாத்தியம் இருக்கிறது. எல்லோருக்கும் ஏதோவொரு கணக்கு வழக்கு இருக்கிறது. இளமைப் பருவத்தை தொலைத்துவிட்டுக் கனவு காண்கிறவர்கள் அடைகிற துயரங்கள் குறித்த பதிவுகள், வெறுமனே கதையென்பதற்கு அப்பால் தொந்தரவு செய்கின்றன.

நிலம்சார்ந்து வெறுமனே வறுமை அல்லது வறட்சிபற்றி பேசுவது மட்டும் ஸ்ரீராமின் நோக்கமல்ல. மதிப்பீடுகள் சிதலமாகியுள்ள கிராமத்துச் சூழலில் மனித இருப்புக் குறித்து கதைகளின்வழியாக உருவாகியுள்ள பேச்சுகள்தான் முக்கியமானவை. இதனால்தான் ஸ்ரீராம் பல கதைகளில் முக்கியமான திருப்பங்களைப் பற்றி விளக்கிடாமல் மௌனம் சாதிக்கிறார். எழுத்துபோலவே மௌனமும் வலிமையானது என்ற நிலையில், வாசகன் பிரதிக்குள் தொடர்ந்து பயணிக்கவேண்டியுள்ளது. இதனால் வாசித்து முடித்தவுடன், 'அவ்வளவுதான் கதை' என்று

தோன்றுகிற அற்ப மனநிலையைச் சிதைத்து, கதை உருவாக்கிய உணர்ச்சியுடன் தவிக்க நேரிடுகிறது. மேலும் கதையாடலில் ஸ்ரீராம் சொல்லாமல்விட்ட அல்லது சொல்லாமல் தவிர்த்த இடங்கள், யூகத்தின்மூலம் வாசகனின் தேடலைத் துரிதப்படுத்துகின்றன. மரபான கதைசொல்லலில் இருந்து விலகிநின்று சித்திரிக்கிற இத்தகைய சம்பவங்கள்தான் ஸ்ரீராம் புனைகதைகளின் தனித்துவம். புனைகதையாளராக அவர் வெற்றியடைவதும் இந்த இடத்தில்தான்.

என்.ஸ்ரீராம், தனது புனைவெழுத்தின் வழியாகக் கண்டறிந்திட்ட வாழ்க்கையின் மறுபக்கத்தை அடையாளப்படுத்தும்வகையில், என்னால் தேர்ந்தெடுக்கப்பட்டுள்ள இந்தச் சிறுகதைகள் வாசிப்பில் உங்களுக்கு ஏற்படுத்தும் அனுபவங்கள் முக்கியமானவை. இத்தொகுப்பு முயற்சியானது முழுக்க எனது வாசிப்பும் ரசனையும் தொடர்புடையது.

சிறுகதைத் தொகுப்பு நூல் வெளியிட அன்புடன் இசைவளித்த நண்பர் என்.ஸ்ரீராம் என்றும் அன்பிற்குரியவர். என்.ஸ்ரீராமின் தேர்ந்தெடுக்கப்பட்ட சிறுகதைகள் நூலை அழகிய வடிவமைப்பில் டிஸ்கவரி புக் பேலஸ் பதிப்பகம்மூலம் பிரசுரிக்கிற நண்பர் மு.வேடியப்பன் என்றும் தோழமைக்குரியவர்.

ந.முருகேசபாண்டியன்
மதுரை
9443861238

பொருளடக்கம்

முனி விரட்டு	17
தாமரை நாச்சி	23
வெளி வாங்கும் காலம்	30
நெட்டுக்கட்டு வீடு	44
இரவோடு போயினர்	56
ஆறுமுகக் காவடி	68
வண்ணக் கனவுகளும் அப்பாவும்	75
உருவாரம்	81
நிழல் விளையாட்டு	89
விசுவாசம்	100
உடுக்கை விரல்	107
கொம்பூதிகள்	120

முனிவிரட்டு

கொட்டடிப்பவர்கள் ஊருக்குள் போனார்கள். கொட்டடித்த படியே வீட்டுக்குவீடு நின்று தவசம் வாங்கிக் கொண்டார்கள். முனி அப்புச்சி கோயிலுக்குப் பச்சைத் தடுக்கில் கூரை வேய்ந்துகொண்டிருந்த ஆட்கள் வேலைமுடிந்து கிளம்பிக் கொண்டிருந்தார்கள். இரவெல்லாம் கண் விழித்ததில் ஆட்களிடம் சடைவு தெரிந்தது.

விநாயகன்கோயில் கல்திண்டில் உட்கார்ந்திருந்த வயதானவர்கள் எல்லாரும் பேசியபடி கோயிலைப் பார்த்துக் கொண்டிருந்தார்கள்.

சேந்து கிணற்றடியில் ஏனோ கூட்டம் குறைவாகவே இருந்தது. பெரிய வீட்டுக்காரர் தலைவாசல் பக்கம் வந்து சத்தமிட்டார். “ஏம்ப்பா பண்டாரத்த யாராச்சும் பாத்துச் சொன்னீங்களா? இல்ல, மறுபடி ஒரு எட்டு போய்த்தாம் பாத்துட்டு வர்றது... நேரமாகுதுல்ல..”

தடுக்கு வேய்ந்தவர்களில் ஒருவன் ஓடிப்போய் அவருக்குப் பதில் சொல்லிவிட்டு வந்தான். அவர் தூரத்திலிருந்தே கோயிலை நோட்டம் விட்டுவிட்டுத் திரும்பிப் போனார்.

கொட்டுச்சத்தம் மேற்கு வளவில் கேட்டுக்கொண்டிருந்தது பஜனை மடத்துச் சந்துக்குள்ளிருந்து மாராண்டி வெளிப்பட்டான். எதிர்பாராதவிதமாக அவன் வந்ததில் எல்லாருக்கும் வியப்புத் தொற்றியது.

மாராண்டி நேராகக் கோயிலுக்குச் சென்றான். புதிய மண் கும்பத்தை எடுத்துக்கொண்டு வெளியே வந்தான். யாரிடமும் எதுவும் பேசவில்லை. தெற்குவெளி

ஊர்த்தடத்தில் இறங்கி நடந்தான். 'தீர்த்தம் கொண்டுவரப் போகிறான்' என, அங்கிருந்தவர்கள் பேசிக்கொண்டார்கள். மாராண்டி, முனி அப்புச்சி சாட்டியத்திலிருந்தே விரதம் இருக்கிறான். தீர்த்தம் கொண்டுவந்து வைத்ததில் இருந்து எட்டாவது நாள் முனியை விரட்டுவதோடு சாட்டு முடிகிறது. அடுத்த நாளிலிருந்து விரதத்தைக் கலைத்துக் கொள்வான். அதுவரை, அந்த எட்டுநாளும் முனியாகவே ரூபங்கொண்டு திரிவான்.

நேரம் இளமதியம் கடந்து கொண்டிருந்தது. புறவெளியில் எங்கோ செம்போத்து குரல் கொடுத்தவண்ணம் இருந்தது. தலைவாசலில் சனங்கள் நிரம்பிக்கொண்டிந்தனர். பேச்சுச் சத்தம் அதிகமாயிற்று.

சேந்து கிணற்றோரம் கொட்டடிப்பவர்கள் தீ மூட்டிப் பலகை 'காய்ச்சி'க் கொண்டிருந்தார்கள். பெரிய வீட்டுக்காரர் முன்நின்று எல்லாம் கவனித்துக் கொண்டிருந்தார். தெற்குவெளி ஊர்களுக்குப் போகும் தடத்திலிருந்து மாராண்டி வருவது தெரிந்ததும் கொட்டடிப்பவர்கள் ஓடிப்போய் அவனை எதிர்கொண்டு அழைத்து வந்தனர். கொட்டின் சத்தம் ஓங்கிக் கேட்டது. ஒரே தாளகதி இல்லாமல் மாறி மாறி அடி விழுந்தது. சஞ்சணக்கு... சஞ்சணக்கு.. சஞ்சணக்கு...

மாராண்டி, தீர்த்த கும்பத்தை முனி அப்புச்சிக்கு முன்பு கொண்டுவந்து இறக்கிவைத்து, மஞ்சள் காவித்துணியில் மூடி வேடு கட்டினான்.

பூஜை தொடங்கியது. திடீரென மாராண்டிக்கு அருள் வந்துவிட்டது. கோயிலுக்கு வெளியே வந்து, உடம்பை முறுக்கியபடி குதிக்கத் தொடங்கினான்.

கொட்டுக்காரர்கள் சூழ்ந்து கொண்டார்கள். கொட்டின் அடி இப்போது ஏறி இறங்கிக் கொண்டிருந்தது.

மாராண்டி மண்ணில் விழுந்து புரண்டு ஆடினான். கூட்டத்தில் யாரோ குடத்து நிறைய நீரைக் கொண்டுவந்து மாரண்டிமேல் ஊற்றினார். சிலிர்த்துக் கொண்டான். தொப்பலாக நனைந்து போனான்.

பின், நின்று நிதானமாகக் கூட்டத்தை நோட்டமிட்டான். விருத்தம் பாடினான். பெண்கள் பக்கமிருந்து யாரையோ கூப்பிட்டான். கணக்குச் சொல்லத் தொடங்கினான். கூட்டம் நெருங்கி வந்தது. சுற்றிலும் மெல்ல உட்காரத் தொடங்கியது.

அப்புறம் வெகுநேரம் சாமியாட்டம் நடந்து, கூட்டமெல்லாம் கலைந்தபின் மாராண்டி கோயில்முன்பு வந்து படுத்துக் கொண்டான். ரொம்பவும் களைத்துப் போயிருந்தான். முனி அப்புச்சி கோயில் பச்சைத் தடுக்கு அந்தி வெயில் பட்டுத் தகதகத்தது. முனி அப்புச்சிக்கு என்றுமில்லாத ஒரு பொலிவையும் ராஜ கம்பீரத்தையும் வழங்கிக் கொண்டிருந்தது அந்தக் கிரணம் அந்த நேரத்தில்!

கோயில்பக்கம் சொற்பமாக நின்றிருந்தவர்களும் கலைந்து போனபின், தலைவாசல் வெறிச்சென்று ஆகியது.

சேந்து கிணற்றடியில் மட்டும் தண்ணீர் சேந்தும் பெண்கள் இருந்தனர். உருளை கிரீச்சிடும் சத்தம், விநாயகன்கோயில் அரசமரத்தில் அணையும் பறவைகளின் சத்தத்தோடு கலந்து கேட்டபடியே இருந்தது.

முப்பத்திரண்டு வருடங்களுக்குப் பின், முனி அப்புச்சி சாட்டுவதற்கு மழை பெரும்பங்கு வகித்தது. இந்த நான்கைந்து வருடங்களாகப் பருவமழை தொடர்ந்தாற்போல் பொய்த்ததற்கு முனி அப்புச்சியை நினைக்காததே முழுக்காரணம் எனச் சுற்றுப்பட்டு ஊர்ச்சனங்களும் நம்பத் தொடங்கிவிட்டனர். அக்னி நட்சத்திரத்துக்குப் பின்னிட்ட வைகாசி நன்னாளில் ஊர்க்கூட்டம் சாடை அறிவித்தது.

ஊரில் முனி அப்புச்சி, கோயில் சாட்டிய விஷயம் சுற்றுவெளி ஊர்களுக்கெல்லாம் பரவியிருந்தது. பழையப்பகை கொண்ட தெற்குவெளி ஊர்களான ஆலாம்பாளையம், வடுகபாளையம், குப்புச்சிபாளையம், நஞ்சியம்பாளையம் போன்ற ஊர்களில் இருந்தும்கூட சனங்கள் மாட்டுவண்டி கட்டிக்கொண்டு வந்தார்கள்.

மாராண்டியின் சாமியாட்டம் பகல் எல்லாம் நடந்துகொண்டே இருந்தது. எட்டுநாளும் சனங்கள் கணக்குக் கேட்டபடியே இருந்தனர்.

எருமைக் கிடாவை இழுத்து வந்தார்கள். மாராண்டி, மண் ஓட்டுச் சாதத்தைக் கையில் எடுத்துக்கொண்டான். முனி அப்புச்சி கோயில் பெரிய வெட்டரிவாளை இரண்டு ஆட்கள் பிடித்து ஓங்கிக் கிடாயின் கழுத்தில் வெட்டினார்கள். தலை தெறித்துப்போய் விழுந்தது. மாராண்டி கை படாமல் ரத்தத்தைச் சாதத்தின்மேல் பிடித்துக்கொண்டான்.

கொட்டு அடிப்பவனோடு வந்த வேறுசில ஆட்களை எருமைக்கிடாயின் முண்டத்தை கத்தியால் பிளந்தார்கள். குடலை உருவி மாராண்டிக்கு மாலையாகப் போட்டார்கள்.

முனியின் வெறித்த கண்களில் தீவிரம் பற்றியது. அந்தக் கணத் திலிருந்து மாராண்டி மறைந்து போனான். சனங்களின் கண்களுக்கு முனி தெரிந்தது.

முனி கோயிலை நோக்கிப் போனது. கொட்டு அடிப்பவர்கள் தயாரானார்கள். அத்தனை சனங்களும் வீட்டுக்குள் போய்க் கதவை அடைத்துக்கொண்டார்கள். ஜன்னல்களையும் சாத்திக்கொண்டார்கள்.

முனி விரட்டும் ஆட்களோடு கொட்டு அடிப்பவர்களும் பெரிய வீட்டுக்காரரும் தவிர்த்து, வெளியே ஈ, காக்காய் இல்லை. ‘முனி எந்த நிமிடமும் தாக்கக்கூடும்’ என எதிர்பார்த்திருந்தனர்.

எங்கும் இருள்படர்ந்து கிடந்தது. முனி விரட்டும் ஆட்கள் கோயிலையே பார்த்தபடி இருந்தனர். கப்பென்ற நிசப்தம். ஒருவித ஆள் அரவமற்ற பயத்தைத் தோற்றுவித்துக் கொண்டிருந்தது.

திடீரென முனி, கோயிலைவிட்டு வெளியேவந்து நின்றது. விழிகள் தெறித்துவிடும்போல வெறித்தன. வெற்றுவெளியில் கிழக்கே எதையோ கொஞ்சதூரம் துரத்திப் போய்த் திரும்பிற்று.

விரட்டும் ஆட்கள் தயாரானார்கள். கோழிக்குஞ்சு வைத்திருந்தவனும் சாட்டை வைத்திருந்தவனும் முன்னே போயினர். சூடிக்கயிறு வைத்திருந்தவன் பின்னேபோய் பதுங்கிக்கொண்டான். பெரிய வீட்டுக்காரர் பக்கம் பந்தம் பிடிப்பவன் நின்றுகொண்டான்.

முனி, விரட்டும் ஆட்களை வெறித்தது. கொட்டு அடிப்பவர்கள் முனியின் முன்னேபோய் அடிக்கத் தொடங்கினர்கள். முனி, கொட்டின் அடிக்கு இசைவாக ஆடியது. யாரும் எதிர்பாராத தருணத்தில் ஊருக்குள் நுழைந்தது.

ஆழ்ந்த நிசப்தத்தின் ஊடே சனங்களற்ற வீதிக்கு வசீகரம் கூடியிருந்தது. காரை வீடுகளின் சுவர்கள் மங்கிக் கிடந்தன. சரிந்த தட்டோடுக் கூரைகளின் மேலே சிறுசிறு வெளவால்கள் அலைவது சிதறிய நட்சத்திர ஒளியில் தெரிந்தன.

முனி, சில வீட்டுக் கதவுகளை இடித்துத் தள்ள முயன்றது. இருந்திருந்தாற்போல வெளித்தனமாக சத்தமிட்டது. இயல்பான தொனிமாறி, முனிக்கே உண்டான குரல் போலிருந்தது.

பெரிய வீட்டுக்காரர் கோழிக்குஞ்சு வைத்திருந்தவனிடம் சொன்னார்...
“பலி கொடு... பலி கொடு...”

கோழிக்குஞ்சு வைத்திருந்தவன் முனியிடம் ஓடினான். முனி, மண்டியிட்டு உட்கார்ந்து வாயைப் பிளந்தபடி வானத்தைப் பார்த்தது. தலையைச் சுழற்றி கர்ணகொடூரமாகச் சத்தமிட்டது. கோழிக்குஞ்சு வைத்திருந்தவன், அதை முனியின் வாயில் திணித்தான். முனி, நறநறவென்று அதன் குரல்வளையைக் கடித்து ரத்தம் குடித்தது. பின், அதை தூரத் துப்பியது.

கொட்டு அடிப்பவர்கள் சூழ்ந்துகொண்டு அடித்தார்கள். முனி மயக்கமுற்றதுபோல கீழே தலை போட்டு உட்கார்ந்தது. சூடிக்கயிறு வைத்திருந்தவன் பின்னால் போய், முனியின் இடுப்பில் கயிற்றைக் கட்டினான். பின்பு, எட்டப்போய் நின்று, கயிற்றின் நுனியைப் பிடித்துக்கொண்டான்.

கொட்டு அடிப்பவர்கள் முனியின் அருகில் வந்து சத்தமாக அடித்தார்கள். முனி, எழுந்து மேற்கு வளவு வீதியில் ஓடியது.

சூடிக்கயிறு பிடித்திருந்தவன், கயிற்றைச் சுண்டி முனியை வேறுபக்கம் இழுக்க முயன்றான். ஆனால், அதன் வேகத்துக்கு அவனால் ஈடுகொடுக்க முடியவில்லை. அதோடு சேர்ந்து ஓடினான். கொட்டு அடிப்பவர்களும் முனியின் பின்னால் அடித்துக்கொண்டே ஓடினார்கள்.

முனி, ஊரின் நாலா வீதிகளிலும் நுழைந்தது. திண்டு வைத்த வெளித் திண்ணைகள் வெறுமனே கிடந்தன. வீட்டுக்குள் இருக்கும் சனங்கள் முனியின் திகழ்தன்மை கண்டு உறக்கமற்றுக் கிடந்தனர். குழந்தைகள் பயத்தின் இறுக்கத்தில் மூத்திரம் முட்டித் தவித்தன.

தலைவாசல் வந்து சேர்ந்தபோது கோழி கூப்பிட்டாகிவிட்டது. முனியும் களைத்துப்போயிருந்தது. கோயில் பக்கம் இழுத்துப் போனார்கள். பெரிய வீட்டுக்காரர் கேட்டார், “என் ஓடிர்றியா இல்லே இன்னம் இருக்க ஆசையா?”

“முனி போகாது... இந்த தடவை ஊருக்குள்ளே ரத்தம் குடிக்காமப் போகவே போகாது!”

முனி சொல்லிவிட்டு முறைத்தது. சாட்டை வைத்திருந்தவன் முனியின் முதுகில் ஓங்கி அடித்தான். சாட்டையின் சுழற்சி, காற்றில் படீரெனச் சத்தமெழுப்பிற்று. திரும்பவும் முனி வீறாப்பாகச் சொல்லிற்று, “முனி போகாது!”

மீண்டும் அடி பலமாக விழுந்தது. முதுகில் தடித்துக் கொண்டது. அப்பவும் முனி அசைந்து கொடுக்காமலே நின்றது. அடி மேலும் மேலும் விழுந்துகொண்டே இருந்தது. மற்ற ஆட்கள் சோர்ந்துபோய் உட்கார்ந்தார்கள். முனியின் முதுகில் ரத்தம் கசியத் தொடங்கியது.

கிழக்கே காரி கட்டியிருந்தது. நீண்டநாட்களுக்குப் பின்பு காற்று கொம்பு சுழன்று அடித்தது. மழை வருவதற்கான அறிகுறி தென்பட்டது. விடியும் தறுவாயில் முனி தரையைப் பார்த்தபடி கத்தியது... “நாபோறேன்... ஓடிப்போறேன்... என்னை உட்டுங்கோ..!”

சாட்டைக்காரன் அடிப்பதை நிறுத்திவிட்டுக் கேட்டான்... “மறுக்காவும் வரமாண்டியே...!”

“எங்கப்புச்சி சத்தியமா வரமாண்டே”

வேறொருவன் குடத்து நீரைக் கொண்டுவந்து முனியின் தலையில் ஊற்றினான். ரத்தம் நீரில் கலந்து ஒழுகியது. முனி, அதே இடத்தில் மண்டியிட்டு உட்கார்ந்து கொண்டது.

பெரிய வீட்டுக்காரர் கேட்டார், “அப்ப தீர்த்தக் கும்பத்தை விட்டுருலாமா?”

முனி, சரியென்று தலையசைத்தது. மெல்ல எழுந்தது. சாந்தமடைந்திருந்தது. கோயிலுள்ளே சென்று தீர்த்தக் கும்பத்தை எடுத்துத் தலையில் வைத்துக்கொண்டு வெளியே வந்து, தெற்குவெளி ஊர்த்தடத்தில் நடந்தது.

ஆற்றுக்குப் போகும் ஒற்றைத் தடத்துப் பக்கம் முனி அப்புச்சி கோயில் கிணறு இருந்தது. பட்டுவரிக்கல் வைத்துக் கட்டிய அகலமான கிணறு. இச்சி மரங்கள் சுற்றிலும் படர்ந்திருந்தன. முனி, தீர்த்தக் கும்பத்தை அந்தக் கிணற்றுக்குள் வீசியது. தண்ணீரில் கும்பம் விழும் சத்தம் சுவரில் பட்டு எதிரொலித்தது. ஆட்கள் ஊரை நோக்கி ஓடினார்கள். கொட்டு அடிப்பவர்கள் கொட்டு அடித்தபடி வீதியில் நுழைந்தார்கள். சத்தமிட்டார்கள். "முனி விரட்டியாச்சு சாமியோவ்! எல்லோரும் வெளியே வாங்கோவ்!"

'பளபள'வென விடிந்துவிட்டது. குருவிகளின் சத்தம் கேட்டது. ஒவ்வொரு வீடாகத் தாழ் நீக்கின. சனங்கள் வெளிப்பட்டு தலைவாசல் பக்கம் வந்தார்கள்.

மாராண்டி கிணற்றில் முங்கி எழுந்தான். காயங்கள் எல்லாம் தடித்துப் போயிருந்தன. உடம்பு மொத்தமும் வலித்தது. படியில் ஏறி வரும்போது பொழுது கிளம்பியிருந்தது.

பெரிய வீட்டுக்காரரைப் பார்க்க அரண்மனை வீட்டுக்குப் போனான் அவர் பணத்தை எண்ணிக் கொடுத்தார். அதில் மளிகைக் கடையில் மிக்ஸர் பொட்டலமும் பழமும் வாங்கிக் கொண்டான்.

வடக்குவளவு வீதியில் இறங்கி நடந்தான். வீடு சாத்தியிருந்தது நடையைப் பிடித்தபடி கதவைத் தட்டினான்.

உள்ளே யாரோ நடந்துவரும் சத்தம் கேட்டது. பையன் வந்து திறந்தான். ஏழு வயதிருக்கும். மாராண்டியைக் கண்டதும் வீலென்று கத்தினான்.

"அம்மா... முனி... முனி வந்திருச்சு...!"

"அடேய், நாங்கொப்பண்டா...!"

"இல்லே... முனி!"

பையன் வேகமாக சமையல்கட்டுப் பக்கம் ஓடினான். அழுதபடி அம்மாவைக் கட்டிக் கொண்டான். திரும்பவும் கத்தினான். "முனி... முனி... வந்திடுச்சு! தொரத்தும்மா அதை!"

பையனின் வார்த்தைகள் குழறி வெளிவந்தன. மாராண்டி அப்படியே சிலையாக நின்றுகொண்டான்.

தாமரை நாச்சி

தட்டு ஓடுகள் உதிர்ந்து சீமை ஓட்டு மேய்ச்சல் வந்தபின் கோம்பைச் சுவர்கள் எடுப்பாகத் தெரிய ஆரம்பித்தன. எல்லா வீடுகளும் ஒத்தைக் கோம்பை கொண்ட வீடுகள், ரெட்டைக் கோம்பை கொண்ட வீடுகள், நான்கு கோம்பை கொண்ட வீடுகள் என கோம்பை வீடுகள் ஊரில் நிறைய இருந்தன. மூன்று கோம்பை கொண்ட வீடுகள் மட்டும் பார்ப்பது அரிதாகவே இருந்தன. விழுந்துவிட்ட ரங்கய்யக் கோனாரின் மகள் வீட்டை தவிர்த்துவிட்டால் தற்போது தாமரை நாச்சியின் வீடுமட்டுந்தான் மூன்று கோம்பை கொண்ட வீடாக இருந்தது.

மூன்று கோம்பை கொண்ட வீடு விளங்காது என்பாள், சுசியின் அம்மா. ஊருக்குள் வேறுசில வயோதிகர்களும் அப்படித்தான் சொன்னார்கள்.

சுசியின் வீட்டுக்கும் தாமரை நாச்சியின் வீட்டுக்கும் இடையே பொதுவான ஒரே சுவர் இருந்தது. சுவரின் இந்தப் பக்கமிருந்தே சுசியின் அம்மா, தாமரை நாச்சி குடும்பத்தோடு பேசுவாள். தாமரை நாச்சி வீட்டில் எல்லாப் பெண்களுமே, தரை அதிரவே நடந்தார்கள். ஒரே வாகுகொண்ட பாதம் அந்தப் பெண்களுக்கு. நடக்கும் காலடி ஓசையை வைத்தே யார் என துல்லியமாகக் கணிப்பாள் சுசி. சுவரை பொத்துக்கொண்டு போய் பார்த்து வந்ததுபோல இருக்கும் சுசியின் கணிப்பு. சுசியின் அம்மா சொல்வாள் சுசியிடம். உனக்கு பாம்பு கண்ணு என்று. இரவில் தாமரை நாச்சியை அவர்கள் திட்டும் சப்தம் அப்படியே இந்தப் பக்கம் கேட்டது. நிசப்தம் உறைந்த பின்னிரவில் மணியக்காரர் போதையில்

உளறுவதும் கேட்டது. சரஸ்வதியக்கா குறட்டைவிடும் இரவுகளில் விடிந்ததும் சுசியின் அம்மா தாமரை நாச்சியின் அம்மாவைக் கூப்பிட்டுச் சொன்னாள்.

வயசுப்புள்ள கொறட்டை போடலாமா... நாளையோட சரஸ்வதியெ மல்லாக்க படுக்கவேணாமுன்னு சொல்லுங்க.

மணியக்காரர் வெளியே கிளம்பிப் போனபின் சுசி, அந்தப்பக்கம் சென்று பத்மாக்காவோடு பேசிவிட்டு வந்தாள். காலையில் தாமரை நாச்சியை திண்ணைத் தூணில் கட்டி வைத்திருப்பதைக் காணும்போது பாவமாக இருந்தது. தாமரை நாச்சி அலறியபடியே இருந்தாள். சரஸ்வதியக்காவோ, சுலோசனாவோ எதுவுமே நடவாததுபோல வேலையில் ஈடுபட்டிருந்தார்கள். தாமரை நாச்சியின் அம்மா சமையற்கட்டை ஒட்டிய திண்ணைத் தூணில் ஈயக்கலையம் வைத்து தயிர் சிலுப்பிக் கொண்டிருந்தாள். மத்துக்கோலின் அடியில் வெண்ணெய் திரண்டு வந்தது. வீட்டுக்குள்ளிருந்து புகை வெளியே வந்து கொண்டிருந்தது.

தாமரை நாச்சியின் வீட்டு சன்னல்கள் மிகவும் சிறியவையாக இருந்தன. எப்பொழுதும் சாத்தியே வைத்திருந்தார்கள். நிலவின் மேலேயுள்ள விளக்கு மாடத்தில் அழுக்கு அண்டிப் போயிருந்தது. உள்ளே நுழைந்ததும் மணியக்காரர் பீடிக் கட்டையும் தீப்பெட்டியையும் அங்குதான் வைத்துப் போவார். இந்த வீடு முதலில் வேணு சித்தபாவின் வீடாகத்தான் இருந்தது. வேணு சித்தப்பா வீட்டை மணியக்காரருக்கு விற்றது தெரிந்தவுடன் சுசியின் அம்மா, கடும்கோபம் கொண்டு வார்த்தை பேசினாள். இரு குடும்பங்களுக்கும் உட்பகை ஏற்பட்டது. போக்குவரத்து நின்றுபோனது. வேணு சித்தப்பா சுசியின் அம்மாவோடு சண்டைக்கட்டி போன மறுநாள் மதியம் மணியக்காரர் வண்டியில் கொண்டுவந்து சாமான்களை இறக்கினார். பால் காய்ச்சிவிட்டு பெண்கள் வாசலுக்கு வந்தபோது மதிற்சன்னலோரம் நின்று சுசி பார்த்தாள். நான்கு பெண்களும் மணியக்கார ஜாடையாகவே இருந்தார்கள். அன்றைக்கு சாயந்தரத்தில் மழை இறங்கியது. கார்மழைக்கே உண்டான கனமான துளிகள். நீண்ட காலத்திற்குப் பின் கல்லுமாரி விழுந்தது. கல்லுமாரியைக் கண்டதும் குதூகலம் தொற்றியது பெண்களுக்கு. மூன்று பெண்கள் வாசலில் குதித்தனர். கல்லுமாரியைப் பொறுக்கினர். பாவாடை, சட்டை நனைந்துபோயிற்று பெண்களுக்கு, கல்லுமாரியை எடுத்து வந்து கண்ணாடி ஜாடியில் போட்டுவைத்தார்கள். கல்லுமாரியை நாக்கில் வைத்து விறுவிறுப்பாய் கரையும் அதன் சுவையை ரசித்தபடி விளையாண்டார்கள்.

தாமரை நாச்சியை மழையில் இறங்கவிடாமல் அவளின் அம்மா பிடித்துவைத்துக் கொண்டாள். தாமரை நாச்சி பெருங்குரலெடுத்து அழுதாள். சப்தம் ஓங்கிக் கேட்டது. மணியக்காரர் ஈர்க்குமார் குச்சியை

உருவி எடுத்துவந்தார். தாமரை நாச்சியின் பின்புறத்தில் அடித்தார். மழை ஓய்ந்தபடில்லை. மின்னலும் இடியும் அதிகமாக இருந்தன.

இது சரஸ்வதியைப் பாத்துப் போற நாலாவது மாப்பிள்ளை. இவனும், எல்லாரும் சொன்ன காரணத்தைத்தான் சொல்லறான். தாமரை நாச்சியை பத்தி கேள்விப்பட்டதும் பையனில்லாத ஊடு... கடெசி காலத்துல இதெய ஆரு வெச்சுக் காப்பாத்துவா, சோறு போடுவான்னு கேக்கறான்.

தாமரை நாச்சியின் அம்மா அழத் தொடங்கினாள். சுசிக்கும் கண்களில் நீர் கோ(ர்)த்துக்கொண்ட்து. சுசியின் அம்மா ஆறுதலாகப் பேசினாள். சுவரின் அந்தப் பக்கம் மௌனம் கவிழ்ந்து கிடந்தது. வெகுநேரம் அப்படியே போனது. தாமரை நாச்சியின் அம்மா எழுந்துபோனபோது இருட்டிவிட்டது.

சாமத்தில் மணியக்காரர் கோம்பைச் சுவரில் ஏணிவைத்து ஏறினார். முகடும் கோம்பைச் சுவரும் இணையும் இடத்தில் இருந்தன. அழுக்குவண்ணான் குருவிக் கூடுகள் ஆளின் வாசனை பட்டதும் குருவிகள் பறந்துபோயின. தலைக்குமேலே வட்டமிட்டபடி குரல் எழுப்பின. இருளில் குருவிச் சப்தம் கேட்டதும் நாய் ஒன்று குரைத்தபடி வந்தது. காற்று அடங்கிப்போயிருந்தது.

மணியக்காரர் பேட்டரி லைட் வெளிச்சத்தில் கூடுகளைப் பார்த்தார். சத்தை பொளக்கமான கூடுகள் குஞ்சுகள் வாயைப் பிளந்தபடி எவ்வின. எல்லாம் ரெக்கை முளைக்காத குஞ்சுகள். குஞ்சுகளைத் தூக்கி வாசலில் வீசினார் மணியக்காரர். கீழே இறங்கி வரும்போது பார்த்தார். குஞ்சுகளை பூனை கவ்விக்கொண்டு போவதை.

அழுக்குவண்ணான் குருவிகள் இடம்பெயர்ந்தபின் வேறு ஒருவகைக் குருவிகள் வந்து கூடு வைத்தன. பத்மாக்கா அந்த குருவிகளுக்கு கொண்டைக் கொப்பி எனப் பெயர் வைத்து அழைத்தாள். துடுப்புப்போல தொங்கிய மஞ்சள்நிற அலகும், பெரிய பூக்கொண்டையும் கொண்ட ஆண் குருவிகள் அடைபடுத்த தினங்களில், ஆண் குருவிகள் ஓட்டின்மேல் நடந்தபடி இரவெல்லாம் அணத்தின. குஞ்சு பொறித்தபின்பு கூட்டிலிருந்து ஒரு துர்வாடை கிளம்பி வீடெங்கும் அடித்துப்போ யிற்று. விநோதமான அதன் குரலை இன்னும் சாயங்காலங்களில் கோவில் மதிலோரம் கேட்க முடிந்தது.

தூரிநோன்பிற்கு பின் வேப்பம்பழங்கள் உதிரத் தொடங்கின. வேப்பமுத்து பொறுக்க சரஸ்வதியக்காவும் பத்மாக்காவும் கிளம்பினார்கள். கூடையை இடுக்கிக்கொண்டு தோட்ட வெளிகளில் வேப்பமரங்களைத் தேடி அலைந்தார்கள். காற்று மரங்களை வளைத்துப் போனது. சுசியும் சுலோசனாவும்கூட சிலசமயங்களில் சேர்ந்து கொண்டனர். வேப்பவாதுகளுக்குள் உட்கார்ந்துகொண்டு

பார்க்கும் அழக்குவண்ணான் குருவிகள் இவர்களை முறைப்பது போலவே இருந்தது. விட்டுவிட்டுக் கேட்கும் அதன் குரல் இவர்களை விரட்டுவதுபோலவும் இருந்தது பத்மாக்காவுக்கு.

வீடு திரும்பி வரும்போது பத்மாக்கா, தடங்களில் காக்கா முத்து பொறுக்கியபடி வந்தாள். கூடையைக் கொண்டுவந்து திண்ணையில் இறக்கிவைக்கும்போது, பின் மதியத்திற்கு மேலாகிவிட்டது. வெயில் தாழாமலேயேயிருந்தது. தாமரை நாச்சியின் அம்மா நடைக்கு வெளியே வந்து சப்தமிட்டாள்.

“வயசுப் புள்ளீக இப்படியா திரியறது ரோந்துக் காரியாட்ட.. மூஞ்சியப்பாரு கருவழுஞ்சு போச்சு...”

வேப்பமுத்து வாங்குகிறவனுக்காக ஆவணி மாதமெல்லாம் காத்துக் கிடந்தார்கள் பெண்கள். வீதி வெறிச்சோடி சனங்களற்ற ஒரு பின்மதியத்தில் வேப்பமுத்து வாங்குகிறவனின் குரல் கேட்டது. ஊரின் எந்த மூலையிலிருந்து அவன் குரல் கேட்கிறது என பிடிபடவேயில்லை.

சிறிதுநேரத்திற்குப் பின் குறுகிய வீதியில் சைக்கிளை உருட்டியபடி வந்து சேர்ந்தான். சுலோசனாதான் எழுந்து ஓடிப்போய் அவனை வாசலுக்குக் கூட்டிவந்தாள். திண்ணையை ஒட்டி நின்றுகொண்டான் அவன். திண்ணையோரத்தில் வேப்பமுத்தைக் கொட்டி, படியில் அளக்கத் தொடங்கினான். எல்லா வருஷமும்போலவே பத்மாக்கா ரெண்டுபடி அதிகமாகத்தான் போட்டாள். கிளம்பிப்போகும்போது வேப்பமுத்து வாங்குகிறவன் தாமரை நாச்சியின் அம்மாவிடன் மோர் வாங்கி, குடித்துவிட்டுப் போனான். சுவரின் நிழல் கிழக்கே படர்ந்தபடியிருந்தது.

புரட்டாசி மாதத்து மூன்றாம் சனிக்கிழமையில் கோப்பனார் சுவாமி கோவிலுக்குப் போகும் வழிச்செலவுக்கு வேப்பமுத்து காசு ஆயிற்று. ஊருக்குத் திரும்பி வரும்போது ரெட்டியார் சத்திரம் வந்து பஸ் ஏறும்போது பெண்கள் ஆளாளுக்குப் பொருட்கள் வாங்கத் தொடங்கினார்கள். நிதானமா, கண்ணாடி வளையல், பவுடர் அடிக்கும் மெத்தை, ஸ்டிக்கர் பொட்டு, நகபாலீஸ், மிராணி கலர் ஜாக்கெட் என.

தாமரை நாச்சியின் அம்மா பொரிகடலை முடிந்த மஞ்சக் காகிதப்பையை இக்கத்தில் இடுக்கியபடி வாசலுக்கு வரும்போதே தாமரை நாச்சி எட்டி விழுந்துகொண்டு வெளியே ஓடிவந்து பிடுங்கினாள். அந்த வாரமெல்லம் தாமரை நாச்சி நாமக்கட்டியை மூஞ்சிக்கு அரைத்துப் பூசிக்கொண்டு அழிம்பு பண்ணினாள். திண்ணைச் சுவரெங்கும் கிறுக்கிக்கொண்டேயிருந்தாள். நாமக்கட்டியைப் பிடுங்கி அம்மா ஒளித்து வைக்கும் பொழுதெல்லாம் பெரிதாக ஒப்பாரி வைத்தாள். தாமரை நாச்சியின் சப்தம் பொறுக்க முடியாமலேயிருந்தது.

வேலைகளற்ற நாட்களில், வீதியைப் பார்த்தபடியிருக்கும் திண்ணையில் உட்கார்ந்து ராட்டைச் சுற்றினர் பெண்கள். சரஸ்வதியக்கா விடுகதை போட்டாள். கை சுழன்றபடியேயிருந்தது. பத்மாக்காவுக்கு பெரும்பாலும் விடை தெரிந்தேயிருந்தது. விடை தெரியாதவள்போலவே முழிக்கும்போது சரஸ்வதியக்கா இரக்கப்பட்டு விடுவித்தாள். பத்மாக்காவுக்கு கோபம் வந்தது.

“பதில் கதை வாங்காமல் இப்படியா விடுவிக்கிறது?”

“இப்ப என்ன? கெட்டுக் குடியா முழுகிப்போச்சு.”

தாமரை நாச்சியின் அம்மா சிரித்தபடி நடைக்குள்ளிருந்து வெளியே வந்தாள். தாமரை நாச்சியின் அம்மா அபூர்வமாகச் சிரிக்கும், அந்த சிரிப்பில் தனி வசீகரமிருப்பதாகவே தெரிந்தது சுசிக்கு.

பதினைந்து நாட்கள் ஆனதும் கதர் கடையிலிருந்து சிட்டம் எடுத்துப்போக, குமரேச வாத்தியார் வந்தார். சிட்டங்களை எண்ணி முடித்ததும் திண்ணையில் உட்கார்ந்து பேச ஆரம்பித்தார். எப்பொழுதும் போலவே நடைமேல் உட்கார்ந்தபடியே கேட்டாள், தாமரை நாச்சியின் அம்மா. குமரேச வாத்தியார் உள்ளே எட்டிப் பெண்களை பார்த்துக்கொண்டே பேசினார். உள் நிலவின் மேல் சாய்ந்து, ஒட்டியபடி உட்கார்ந்துகொண்டு கேட்டனர் பெண்கள்.

ஒரு தினம் சரஸ்வதியக்காவும் தாமரை நாச்சியும் மட்டுமே தனித்திருந்த இளமதியத்தில் வந்தார் குமரேச வாத்தியார். வாத்தியாரைக் கண்டதும் தாமரை நாச்சி எப்பொழுதும் போலவே பயந்து உள் அறைக்குள் போய் ஒடுங்கிக் கொண்டாள். வாத்தியார் மயில் கழுத்து நிற, சரிகை போட்ட பட்டுப்புடவையை விர்த்துக் காண்பித்தபடி பேசினார். சரஸ்வதியக்கா பதில் பேசாமல் நடைமேல் நின்றுகொண்டேயிருந்தாள். குமரேச வாத்தியார் வீதியை ஒருமுறை பார்த்துவிட்டு சரஸ்வதியக்காவை விலக்கி வீட்டின் உட்புறம் போய் நின்று பேசினார் அவசரமாக.

“பெருசா நீ எதுவும் செய்ய வேண்டாம். மாசத்துல ரெண்டு தடவெ ஒத்துழைச்சா போதும்... இது ஆருக்கும் தெரியப் போறதில்லை. இதுமாதிரி நெறையப் புடவெ வாங்கித் தர்றேன். பணமும் தாறேன்... என்ன நாஞ்சொல்றது புரியுதில்ல...”

சரஸ்வதியக்கா வெளியே பார்த்தபடி அழ ஆரம்பித்தாள். நிசப்தம் மூழ்கிக் கிடந்த ஊரில் எங்கோ ஓர் ஒற்றைக்காகம் விட்டுவிட்டுக் கரைந்து கொண்டிருந்தது. குமரேச வாத்தியார் சரஸ்வதிக்காவையே பார்த்தபடியேயிருந்தார். உள் வீட்டிற்குள் தாமரை நாச்சி விசும்பியபடி பார்த்துக் கொண்டிருந்தாள். வெளிவரத் தெரியாமல் மெல்ல சரஸ்வதியக்காவின் கிட்ட வந்தார் வாத்தியார். சரஸ்வதியக்காவின்

முதுகை தொட்டுத் தடவியபடி ஏதோ பேசினார். சிலிர்த்தபடி நகர்ந்தாள் சரஸ்வதியக்கா. வெளியிலிருந்து தண்ணிக் குடத்தோடு உள்ளே வந்த தாமரை நாச்சியின் அம்மா அதட்டினாள். குமரேச வாத்தியார் புடவையை இக்கத்தில் வைத்துக்கொண்டு தலை கவிழ்ந்தபடி வெளியேறிப் போனார். வாத்தியாரின் நரைத்த நெஞ்சு முடிக்கிடையே வேர்த்து வடிந்தது.

தாமரை நாச்சியின் அம்மா, குடத்தை இறக்கிவைத்ததும் கட்டிக்கொண்டு அழுதாள் சரஸ்வதியக்கா. சுவாசம் விம்மியது வெகுநேரத்திற்குப்பின் அழுது ஓயந்ததும் தாமரை நாச்சியின் அம்மா, தாமரை நாச்சியைப் பார்த்தபடியே பேசினாள். குரல் உடைந்துபோய் வந்தது.

வாத்தியரெச் சொல்லியும் குத்தமில்லடி... எல்லாம் நம்ம தலையெழுத்து. உனக்கு முப்பது வயசாகியும் கலியாண பாக்கியமில்லாம உஞ்சாதகத்தெ இந்த ஆண்டவன் எழுதியிருக்கானே என்ன செய்யறது. எல்லாம் இந்த பாழாப்போன சனியனால வந்த வென...

அன்று இரவு நடுச்சாமத்திற்குப் பின்னே மணியக்காரர் வீடு திரும்பினார். பகலில் நடந்ததை கேள்விப்பட்டதும் கோபப்படவே யில்லை அவர். வீட்டைச் சுற்றி மொத்தமாக வெறித்த ஒரு பார்வை பார்த்தார். எல்லா நாட்களும் பெண்களை நினைத்து விசனப்பட்டு கரைய வேண்டியதாகவே இருந்தது தாமரை நாச்சியின் அம்மாவுக்கு. வயசுப் பெண்களும் மிகவும் சிதைந்து போயினர். எல்லாப் பொழுதும் விருப்பமின்றியே கழிந்தன.

அதன்பின் குமரேச வாத்தியார் சிட்டம் எடுக்க ஊருக்கு வரவே யில்லை. அடுத்து நாலைந்து மாதங்களுக்குப் பின் வேறு ஓர் ஆள் வந்து சிட்டம் எடுத்துப் போனான். அவன் பெண்களிடம் பேசவேயில்லை. சிரிக்கக்கூட இல்லை. அவனைப் பார்க்க பெண்களுக்கு என்னவோ போலிருந்தது. சிட்டங்களை விற்ற இரவு தாமரை நாச்சியின் அம்மா இந்தப் பக்கம் வந்து சுசியின் அம்மாவிடம் பேசினாள்.

எங்க தாமரை நாச்சி உயிரோட இருக்குறவரைக்கும் இதுக மூணுக்கும் கலியாணம் இந்த ஜென்மத்துல நடக்கப் போறதில்ல. ஊர்ல மத்த புள்ளிகளாட்டம் இதுகளும் எவனாச்சியும் சிநேகிதம் பண்ணியாவது கட்டிக்குமுன்னு பாக்கற. அதுவும் நடக்கறமாதிரி தெரியல. எத்தனை நாளைக்குத்தான் வயசுப் புள்ளீகள ஊட்டுல வச்சுக்கிட்டு மறுகிக் கெடக்கறது நீங்களே சொல்லுங்க சுசியம்மா...

சுசியின் அம்மவால் எதுவும் பேச முடியவில்லை.

சுசி கல்யாணம் முடிந்து ஊருக்குப் போனபின் ஒருநாள் விடியற்காலையில் வந்து ஆள் சொன்னான். அவசரமாக கிளம்பி

கொண்டிருந்தாள். மணியக்காரர், தாமரை நாச்சியை எடுப்பதற்கான ஆகும் காரியத்தை கவனித்துக்கொண்டிருந்தார். துரிதமாக பத்மாக்காவும் சரஸ்வதியக்காவும் இழவு களையே இல்லாமல்தான் சுசியிடம் வந்து பேசினார்கள். கடனுக்கு ஒப்பாரி வைத்துவிட்டுச் சிரித்துப் பேசிக் கொண்டிருந்தார்கள் பெண்களும்.

அந்த வருஷம் முடிந்ததும் மூன்று பெண்களுக்கும் அடுத்தடுத்து கல்யாணம் நடந்தது. வீடு சிரிப்பும், கலகலப்புமாக பூரித்துக் கிடந்தது. மூன்று கோப்பை வீட்டிற்கு நல்லகாலம் என பேசிக்கொண்டனர் ஊருக்குள்.

சுசி பிரசவத்திற்கு வந்து தங்கியிருந்த நாட்களில் சுவரின் அந்தப் பக்கம் காலடி ஓசைகளற்று வெறுமனெ கிடந்தது. சதா நேரமும் தாமரை நாச்சியின் அம்மா அழும் சப்தம் மெதுவாக கேட்டபடி யிருந்தது. சுசியின் அம்மா சுசியிடம் சொன்னாள்.

“பாவம் அந்த அப்புராணி முண்டெ... மணியக்காரர் செஞ்ச ஒரு பாவத்தால நாளெல்லாம் அழுதுட்டு இருக்கா... தூக்கமே வர்றதில அவளுக்கு. நீ நெனைக்கிறமாதிரி தாமரை நாச்சி இயற்கையா சாவல... ஒருநாள் மணியக்காரர் சோத்துல வெஷத்தை வெச்சு கொன்னுட்டாரு, யாருக்கும் தெரியாம... தாமரை நாச்சி சாவாம இருந்திருந்தா இது மூணுக்கும் கலியாணம் நடக்காதே என்ன செய்யறது. அன்னிலிருந்து அவ இன்னிக்கு வரைக்கும் அழுதுக்கிட்டேயிருக்கா... திடீருன்னு ஒவ்வொரு நாள் ராத்திரி கத்துவா பெருசா... நாங் கூப்பிட்டுக் கேட்டா யாரோ வந்து கழுத்தை நெரிக்கிறமாதிரி இருக்குதும்பா... பாவம் அவ... புருஷன் செஞ்ச வெனைக்கு அவ அனுபவிச்சுட்டு இருக்கா...”

சுசி ஆஸ்பத்திரியிலிருந்த நாட்களில் தாமரை நாச்சியின் அம்மாவின் அழுகைச் சப்தம் அதிகமாக இருப்பதாகப் பார்க்க வந்தவர்கள் சொன்னர்கள். சுசி, குழந்தையை வீட்டிற்கு எடுத்து வந்த நாளிலிருந்து பனி இறங்கும் காலம் தொடங்கிவிட்டது. பகல் குறைந்தும் இரவு நீண்டும் போயிற்று. காற்றுத்திசை மாறிவிட்டதால் குளிர் நிறைந்திருந்தது. சுசி, குழந்தையை அணைத்தபடியே படுத்திருந்த ஓர் இரவில் சுவரின் அந்தப் பக்கம் தாமரை நாச்சியின் அம்மா அழுது அரற்றுவது கேட்டபடியே இருந்தது. தூக்கம் வரவில்லை சுசிக்கு. பயமாகக்கூட இருந்தது.

சாமத்திற்குமேல் திடீரென்று அழுகைச் சப்தம் நின்றுபோனது. விடிவதற்குமுன்பே மணியக்காரர் வந்து சுசியின் அம்மாவை எழுப்பி பேசிவிட்டுப் போனார். சுசி எல்லாமே கேட்டபடியே விழித்திருந்தாள்.

●

வெளி வாங்கும் காலம்

இவன் பஸ்ஸிலிருந்து இறங்கினான். மண் பாதையில் கொஞ்ச தூரம் நடக்கவேண்டியிருந்தது. அந்த ஊரின் பாதை ஊருக்குப் பின்புறம் போய் முடிந்தது. அப்போது இளமதியம் ஆகிவிட்டது. வெயில் உறைந்துபோயிருந்தது. வீதியெங்கும் ஜனமில்லாமல் வெறிச்சென்றிருந்தது சுருங்கிப் போயிருந்தது. காற்று வீசுவது தெரியாமல் வீசியது. தட்டோடு வேய்ந்த கூரை முகட்டின்மேல் சிட்டுக்குருவிகள் உட்கார்ந்து இருந்தன. சில வீட்டுத் திண்ணைகளில் வயதானவர்கள் உட்கார்ந்து பேசியபடி யிருந்தார்கள். ராட்டை சுற்றிய இளம்பெண்கள் எட்டிப் பார்த்துவிட்டுப் போனார்கள். சேலை வியாபாரி ஒருவன் சப்தமிட்டபடி சைக்கிளில் கடந்து போனான். அவன் மறைந்து வெகுநேரமாகிய பின்பும் அவன் சப்தம் மட்டும் கேட்டுக்கொண்டேயிருந்தது. குரல் நாலாதிக்கிலிருந்தும் இழை பிரிந்து வந்தது.

இவன் அந்த ஊரின் உள்ளே நடந்தபடி இருந்தான். வீதிகள் வளைந்து வளைந்து போயின. ஒரு வீதியிலிருந்து இன்னொரு வீதியைப் பிரிப்பது கடினம் எனத் தெரிந்தது. எல்லா வீதிகளும் ஒரே ரூபம் கொண்டிருந்தன. வீதிகள் அகன்ற இடங்களில் நாட்டாறகற்கள் நடப்பட்டிருந்தன. புழங்காத வீடுகள் நிறையக் கிடந்தன. பெரிய ஊர்போல் தெரிந்தது. வழிநெடுகத் தணிந்த மௌனம் பொதிந்து போயிருந்தது.

இவன் ஊரின் இன்னொரு கோடிக்கு வந்தான். அங்கு விநாயகர்கோவில் இருந்தது. விநாயகர்கோவிலைச் சுற்றிலும் பட்டுவரிக்கல் கொண்ட திண்ணை இருந்தது. அரசும் வேம்பும் பிணைந்து மேலே போயிருந்தன.

நிழல்கள் பட்டுவரிக்கல் திண்ணை தாண்டியும் பரவியிருந்தன. திண்ணையில் 'பாஞ்சாங்கரம்' விளையாடிவிட்டு அப்போதுதான் யரோ எழுந்து போயிருந்தார்கள். கல்லும் ஓடும் இறைந்து கிடந்தன, கோடுகள் முழுதும்.

இவன் பட்டுவரிக்கல் திண்ணையில் உட்கார்ந்தான். யாராவது இங்கு வரக்கூடும். நடேசன் வீட்டைப் பற்றி விசாரிக்க வேண்டும் என நினைத்தான். சூறைக்காற்று வந்தது. கோவில் மரத்தைப் பிடித்து உலுக்கிற்று. உதிர்ந்த சருகுகளைக் காற்று எடுத்துப்போனது காற்று அடங்கியதும் அதே இடத்தில் படுத்துக் கொண்டான். உச்சிப்பொழுதின் ஒளிக்கீற்றுகள் இலைகளில்பட்டுச் சிதறின. வானம் வெளிறியிருந்தது.

நடேசனைப் பார்க்க வந்ததை நினைத்தபோது, இவனுக்கு வேதனையின் ஊடே சிரிப்பும் வந்தது. நடேசனிடம் விஷயத்தைச் சொன்னால் நிச்சயம் சிரிப்பான். நடேசன் சிரிப்பு அடங்க வெகுநேரம் பிடிக்கும். நேற்றுதான் அப்பாவோடு பிரச்சனை வலுத்தது இவனுக்கு. இதற்கு முன்பும் பல தடவை பிரச்சனை வந்திருக்கிறது. இவனை குத்திக் காட்டியிருக்கிறார் அப்பா. வசவுகளை மௌனமாக வாங்கித் தாங்கிக் கொண்டிருக்கிறான் இவன். நேற்று மட்டும் ஏனோ இவன் புத்தி குரூரமாகிவிட்டது. இந்த முடிவுக்கு வரத்தூண்டிவிட்டது.

நேற்றிரவு வடக்கு வாசல் வீட்டில் இவனும் டீச்சரும் கேரம் விளையாடிக் கொண்டிருந்தார்கள். அப்போடு அப்பா கூட்டிவரச் சொன்னதாகப் பையன் வந்து கூப்பிட்டான். இவன் ஆட்டத்தை அப்படியே விட்டுவிட்டு எழுந்தான். டீச்சர் எதுவும் கேட்கவில்லை. இவன் பையனோடு கிளம்பி வீட்டுக்கு வந்தான்.

ஆசாரத்துத் தூணோரம் அப்பா உட்கார்ந்திருந்தார். இவன் சுவரில் சாய்ந்தபடி நின்றான். வெகுநேரம் எதுவும் பேசவில்லை. பின்பு அப்பா பேசினார். பேச்சு முழுதும் டீச்சரை மையமிட்டே இருந்தது. கடைசியாகக் கேட்டார்:

"எத்தினி நாளா இது நடக்குது?"

"எது?"

"அதே என் வாயால வேற சொல்லனுமா...?"

"நீங்க நெனைக்கிற மாதிரி நாங்க ஒண்ணும் தப்பாப் பழகலே...?"

அப்பா சிரித்தார். கடகடவென நீண்டது சிரிப்பு. அம்மா தூணோரம் வந்து நின்றாள். பையன் நடைக்கு வெளியே நின்று வேடிக்கை பார்த்துக் கொண்டிருந்தான். வீட்டின் பின்புறம் தொட்டித் தண்ணீருக்கு வந்த பெண்களையெல்லாம் நின்று கேட்டனர். இவனுக்குப் பெருத்த அவமானமாகப்போயிற்று.

“ஏண்டா, அவ கலியாணமானவ... இல்லனாக்கூட காதல் கீதல்ன்னு எதாச்சும் சொல்லலாம்... இதைப் போயீ...”

அப்பா முடிக்கும் முன் அம்மா பேச்சைத் தொடுத்தாள்.

“ஊருக்குள்ள நாலு பேரு நாலுவிதமாப் பேசறதத்தானே உங்கப்பா சொல்லறாங்க.. புரிஞ்சுக்க கண்ணு...”

இவனால் அதற்குமேல் தாங்க முடியவில்லை. வீட்டைவிட்டு வெளியே வந்தான். இருளின் ஊடே நடந்தான். கோபத்தில் நெஞ்சுக்கூடு எழுந்து எழுந்து அமிழ்ந்து கொண்டிருந்தது. ஊர் தாண்டி நடந்துகொண்டிருப்பதை நினைக்கையில் வேதனை எழுந்தது. காலடித் தடம் தெரியாமல் இருள் கும்மியிருந்தது. இரவுப் பூச்சிகளின் ரீங்கரிப்பு மட்டுமே கேட்டது. கோபம் ஆறவில்லை.

உப்பாற்றுக் கரையில் இறங்கினான். மணலின் ஊடே விரைசலாக நடந்தான். ஒத்தைப் பாறையின் பின்புறம் போய் உட்கார்ந்தான். ஊர் மறைந்துபோயிற்று. அக்கரை மேட்டில் நாணல்கள் மலிந்திருந்தன. காற்றுக்கு நெளிந்தன. மேட்டுச் சுனையில் நீர் ஒழுகும் சப்தம் கேட்டது. மினுக்காம் பூச்சிகள் மின்னிப் போயின. இப்படி எத்தனையோ மினுக்காம் பூச்சிகள் மட்டுமே தனித்து மின்னிய இரவுகள். அவளும் இவனும் மட்டுமே இந்த ஒத்தைப் பாறையின் பின்புறம் உட்கார்ந்திருந்தார்கள். ஏனோ, அவள் ஞாபகம் எழுந்தது. இப்போது அவள் இல்லாதது வெறுமையாக இருந்தது.

அவளிடம் முதலில் கூட்டிப்போனதுகூட மணியும் நடேசனும்தான். நீலியம்மன் கோவில் விசேஷத்தில ஊரே திளைத்திருந்த ஒரு ராத்திரி அது, கோபுர மைக் செட்டின் பக்திப் பாட்டு ஊரின் இயக்கத்தையே அமுக்கி, வெளியில் தெரியாமல் செய்திருந்தது. அப்போது முதல் சாமம் இருக்கும். வெளிப் படலை நீக்கி அவள் வீட்டின் பின்கட்டுக்குப் போனார்கள் மூன்றுபேரும். நடேசன் இவனை மட்டும் பொடக்காலி பக்கம் கூட்டிப் போனான். குளிப்பதற்குக் கிடத்தியிருந்த கல்மீது உட்காரவைத்தான். மணி போய் ஜன்னலைத் தட்டினான்.

“உஸ்ஸ்... வந்திட்டே... சத்தம் போடாதீங்க...”

ஒரு பெண் குரல் உள்ளேயிருந்து மெதுவாகப் பேசியது. பின் கதவைச் சாத்தி வெளியில் நாதங்கி போடுவது கேட்டது. அவள் வெளியே வந்து மணியின் காதில் பேசினாள்.

“உள்ளே கொழந்தை தூங்குது... மத்தவங்க ஆட்டுக்கிட்ட உக்காந்துருங்க...”

இவனும் நடேசனும் எழுந்து வாசலுக்கு வந்தார்கள். கட்டியிருந்த ஆடுகள் எழுந்து மிரட்சியாகப் பார்த்தன. இவனால் வெள்ளாட்டுக்

கிடாவின் மொச்சை வாசத்தை தாங்கிக்கொள்ள முடியவில்லை ஆனால் நடேசன் அமைதியாக இருந்தான்.

வெகுநேரம் கழித்தபின்பே மணி வந்தான். நடேசன் எழுந்து போனான். நடேசன் விட்டுப்போன இடத்தில் மணி உட்கார்ந்தான். மணியின்மேல் இவனுக்கு அசூயையும் அருவருப்பும் தோன்றியது ஆடுகள் இன்னும் மிரட்சியாகவே பார்த்துக்கொண்டிருந்தன. வீட்டின் உள்ளே குழந்தை இருமியது.

இவனுக்கு என்னமோபோல் இருந்தது. தாங்க முடியவில்லை. சட்டென எழுந்தான். மணி கைகளைப் பற்றினான். இவன் மணியின் கைகளை உதறினான். கரும்பிரண்டை வேலியை ஒரே தாண்டாகத் தாண்டினான். ஆடுகள் பயத்தில் குதித்தன. இருளினூடே நடந்தான். ஊர் பொங்கச் சாட்டின் குதூகலத்தில் கிடந்தது. வீட்டிலும் எல்லோரும் வெளி ஆசாரத்தில் உட்கார்ந்து பேசிக் கொண்டிருந்தார்கள். ஒறம்பரைச் சனங்கள் நிறைய இருந்தார்கள். இவன் நேராக உள்ளே போய்ப் படுத்துக்கொண்டான்.

மறுதினம் அம்மா வந்து எழுப்பியபோது, விடிந்து வெகுநேரமாகி யிருந்தது. கிழக்கு ஜன்னலிலிருந்து வெயில் இறங்கிக் கொண்டிருந்தது. ஒளிக்கீற்றில் தூசிகள் மிதந்தன.

“உன்ற சேகாலிங்க கூப்புடறானுக... அப்பிடி என்ன தலேபோற சோலியோ... காலங்காத்தால இவனுகளுக்கு...”

அம்மா போய்விட்டாள். இவன் எழுந்து வெளியேவந்தான். திண்ணையில் மணியும் நடேசனின் உட்கார்ந்திருந்தார்கள். மூன்று பேரும் வீதிக்கு வந்தபின்பு மணி பேசினான்.

“வாழ்க்கையை அனுபவிக்கத் தெரியாத முட்டாள் நீ...”

“எது... அந்த ஆட்டவிடக் கேவலமாக நடந்துக்கறதா...?”

இவனுக்கு கோபம் வந்தது. ஏனோ அவர்கள் மேற்கொண்டு பேசவில்லை. பிரிந்து போய்விட்டார்கள். அன்றைக்கெல்லாம் திரும்பவும் இவனைப் பார்க்கவும் வரவில்லை. இரு தினங்கள் போயிருந்தன. அம்மா நேர்த்திக் கடனுக்குச் சேவல் கொடுத்தனுப்பினாள். இவன் சேவலை நீலியம்மன் கோவில் பூசாரியிடம் கொடுத்துவிட்டுக் கரை வெளியிலிருந்து ஒற்றைத் தடம் வழியாக உப்பாற்றில் இறங்கி வந்துகொண்டிருந்தான். அப்போது ஊர்ப் பாதையிலிருந்து ஒரு பெண் ‘சல்லங்க கத்தியோடு’ வெள்ளாடு ஓட்டித் தெரிந்தது. கரை முழுதும் மணலும் வேர்ப் புதர்களும் மண்டிக்கிடந்தன. கண்ணுக்கெட்டும் தூரம்வரைக்கும் ஆள் அரவம் அற்று நிசப்தமாகக் கிடந்தது ஆற்றுவெளி. இளமதிய வெயில் தகிக்கத் தொடங்கியிருந்தது.

வெள்ளாடும் அந்தப் பெண்ணும் போக இவன் ஒந்தி வழி விட்டான். அந்தப் பெண் இவனைக் கடந்துபோனபின் திரும்பி நின்று பேசினாள்.

“அன்னிக்கு ஏம் பயந்து ஓடிட்டீங்க...?’

இவன் பதில் பேசாமலிருந்தான். அவளையே பார்த்தான். கருத்த முகத்தில் மூக்குத்தி மின்னிற்று. நெற்றியில் லேசாக வியர்வை படர்ந்திருந்தது. கேச எண்ணெய் கன்னத்தில் வழிந்தது. சல்லக்கத்தியை ஊனியபடி சிரித்தாள் பளீரென்று. கீற்றுப்பல் தெரியப் பின் பேசினாள் அவள்.

“எம் பேசமாட்டீங்கறீங்க... பயந்தானே?”

இவன் ஊர்ப் பாதையைப் பார்த்தான். எவரும் தட்டுப்படவில்லை இந்த நேரத்தில் எவரும் வரப்போவதுமில்லை. தனிமையும் அவள் நெருக்கத்தையும் சேர்ந்து இவனை நடுக்குறச் செய்தன. முதலில் லேசாக வேர்த்தது; மூச்சு முட்டிற்று. உடம்பெல்லாம் சட்டென விறுவிறுவென உறைந்துபோயிற்று. கிட்டேபோய் அவளிடம் குளறலாய்ச் சொன்னான்:

“பயமெல்லாம் கிடையாது?”

அவன் மானான். பழையபடி குளிக்கும் கல்லின் மேலேயே வந்து உட்கார்ந்து கொண்டான். நேரம் போயிற்று. அவள் எழுந்து வெளிவருவதுமாதிரித் தெரியவில்லை. கொடாப்புக்குள்ளிருந்து ஆட்டுக்குட்டிகள் முனகின.

ஜலதாரையில் ஊர்ந்து வந்த ‘பெருக்கான்’கள் இவனைக் கண்டதும் மிரண்டு ஒடுங்கின. முதல் கோழி கூவியது. கரை வெளித்தடத்தில் சந்தை வண்டி போவது தெரிந்தது. இராச்சொய்யான்கள் காலின்மேல் ஏறப் பார்த்தன. இவன் உதறியபடி எழுந்தான். படல் ஓட்டையில் புகுந்து வெளிவந்தான்.

விடிந்து இளமதியம் ஆக வெகுநேரமானதுபோல் பட்டது.உப்பாற்று ஒற்றைத்தடம் போய் நின்றுகொண்டாள். ஊர் வழித் தடத்திலிருந்து அவள் வருகிறாளா எனப் பார்த்தபடி இருந்தான். பொழுது உச்சி ஏறியபின்பே அவள் வெள்ளாடு ஓட்டி வந்தாள் இவன் வேலிப்புதர் நிழலுக்குள்போய் நின்று அவளைப் பார்த்தான். அவள் தடத்தில் நின்றுகொண்டே பேசினாள்.

“மூணுநா கழிச்சு ராத்திரி ஊட்டுக்கு வாங்க...”

இவன் பதில் பேசாமல் நிழலின் உள்ளே நடந்தான். அவள் ஒற்றைத் தடத்திலிருந்தே இவனைப் பார்த்தபடியிருந்தாள். இவன் நேற்றைய இடத்தில் போய்ப் படுத்துக்கொண்டான். உடம்பின் இறுக்கம்

குறைந்தது இலகுவானது. மேலே அண்டவெளியில் பறப்பதுபோல் இருந்தது. நீலம் பிளந்தது; உள்வாங்கிக் கொண்டது இவனை.

விழிப்பு வந்தபோது இருள் கவ்வியிருந்தது. பூச்சிகள் ரீங்கரித்தன. ஆழ்ந்து தூங்கிப்போய்விட்டது தெரிந்தது. எழுந்து நடந்தபோது முட்கள் இடித்தன. சர்ப்பம்போல ஏதோ ஊர்ந்து போயிற்று. ஒற்றைத் தடம் வந்து பார்த்தபோது, வீதி விளக்குகள் எரிந்து கொண்டிருந்தன.

வீடு போய்ச் சாப்பிட்டு முடித்தபின்பு அம்மா வந்து,

“இந்நாவெரைக்கும் எங்கேடா போனே…? மணியும் நடேசனும் உன்னப் பார்க்கனுமுன்னு உக்கார்ந்திருந்தாங்க…”

மணியின் தோட்டத்துச் சாய்ப்பு போகலாமா, நடேசன் வீடு போகலாமா என, வீதியில் நடந்தபடியே யோசித்தான். அவள் வீடு ஞாபகத்துக்கு வந்தது. முன்னிரவு நேரத்தில் வளர்பிறை நிலா மேற்கே விழுந்துகொண்டிருந்தது. நேற்றுப் போலவே அவள் வீட்டுப் பின்கட்டுப் பொடக்காலப் படலை விலக்கி உட்புகுந்தான். குளியல் கல்லின்மேல் உட்காந்து யோசித்தான். எழுந்து சன்னலில் எட்டிப் பார்த்தான். உள்ளே குழந்தைகள் அழுதுகொண்டிருந்தன. அவள் குழந்தைகளை வைது கொண்டிருந்தாள். வெளிநடை திறந்து கிடந்தது. திண்ணை முட்டில் அரிக்கேன் விளக்கு தொங்கியது. வெளிச்சத்தில் ஆடுகள் அசைபோட்டபடி படுத்துக்கிடந்தன.

அவள் வட்டிலையும் அரிக்கேனையும் எடுத்துக்கொண்டு பொடக்காலிக்கு வந்தாள். அங்கு இவனைக் கண்டதும் துணுக்குற்றாள். குசுகுசுவெனப் பேசினாள்.

“நாந்தான் மூனு நா கழிச்சு வரச்சொன்னேன்ல…”

“சும்மா பார்க்கலாமுன்னு…”

“உள்ளிருந்து குழந்தைகள் கேட்டன. ஆரம்மா அது?”

“ஒண்ணுமில்ல?”

அவள் வட்டிலையும் அரிக்கேனையும் அப்படியே தூக்கிக்கொண்டு அவசரமாகப் போனாள். வீட்டுக்குள் சென்று கதவைச் சாத்தினாள். தாழிடும் ஓசையும் கேட்டது. இவன் யோசித்தபடி கல்லின்மேல் உட்கார்ந்தான். கரைவெளிப் பாதையில் யாரோ ரவரவவெனப் பேசிப்போனார்கள். உப்பாற்றுக் கரையோரம் நரிகள் ஊளையிட்டன. அதைத் தொடர்ந்து நாய்கள் பலமாகக் குரைத்தன. பின்பு நாய்களும் ஊளையிட்டன. மேகங்கள் இல்லாத வானம், விண்மீன்கள் ஒளிர்ந்து கொண்டிருந்தன. திடீரென்று அவள் கதவைத் திறந்தாள். பின் சாத்தி நாதங்கி போட்டாள். இவனுக்கு முன்னால் வந்து நின்றபடியே குசுகுசுத்தாள்:

“என்னாலதான் ஆகாதே? அப்புறமேந் தொல்ல பண்ணுறீங்க...”

இவன் அவளையே பார்த்தபடியிருந்தான். இவனுக்கும் அவளுக்கும் முகம் வேர்த்திருந்தது. நேரம் போயிற்று. இவன் எழுந்தான்.

“நாளான்னிக்கு ஒத்தப்பாறைக்குப் பின்னால உனக்காக ராத்திரி காத்திருப்பேன்...”

அவள் எதுவும் பேசவில்லை. இவனையே உற்றுப்பார்த்தாள். இவன் படல் ஓட்டையில் புகுந்து வெளி வந்தான். திரும்பிப் பார்க்காமலேயே கிளம்பினான். பின்பனிக்காலம் நிலத்தில் பனி லேசாக இறங்கியிருந்தது. யாரோ எதிர்பட்டுப் போனார்கள். முகம் தெரியவில்லை. தெரிந்துகொள்ளும் நிலையில் இவனில்லை. அவள்மேல் சதா பரிவும் பிரியமும் சுரந்துகொண்டேயிருந்தன.

இரு தினங்கள் கழிந்தன. அவள் ஒத்தைப் பறைக்குப் பின்னால் வந்தபோது நிலா மேற்கே இறங்கியிருந்தது. வளர்பிறைக் காலம் அது. வானம் முழுதும் லேசாக மரங்கள் படர்ந்திருந்தன. கீகாற்று குளிர் நிறைந்து வீசிற்று. மல்லந்து படுத்திருந்த இவன் எழுந்து உட்கார்ந்தான். ஒட்டினாற்போல் அவள் உட்கார்ந்து கொண்டாள். இவன், அவள் கைகளைப் பற்றி முகத்தில் அழுத்தினான். பின்பு மெதுவாக அவளிடம் பேசினான்:

“டவுன்ல எத்தனையோ பொண்ணுகளப் பாத்திருக்கேன். செவத்த அழகான பொண்ணுகள. ஆனா ஏனோ உன்னையெ எனக்கு ரொம்பப் புடிச்சிருக்கு... நீ எனக்கு மட்டும் சொந்தமா இருப்பியா...”

அவள் சிரித்தாள். சிரிப்பு நீண்டுபோகப பாறையிடுக்கில் கத்திக் கொண்டிருந்த வறத்தவளைச் சப்தம் சட்டென அடங்கியது. அதன்பின்பு ஒத்தைப் பாறைக்குப் பின்னால் அவள் அடிக்கடி வந்துபோனாள். அவள் வந்துபோன இரவு மட்டும் சுருங்கிப் போனதாகப்பட்டது. தினங்களும் விரைசல் கொண்டு ஓடியதுபோல் இருந்தது.

ஒரு பிற்பகல் பொழுதில் இவன் மணியைத் தேடிப்போனான். மணி அவன் தோட்டத்துச் சாய்ப்புக் கட்டிலில் படுத்தபடி புத்தகம் படித்துக் கொண்டிருந்தான். ஏதோ பழைய காலத்துச் செல்லரித்துப்போன ஒரு புத்தகம். புத்தக அட்டையின் மரவண்ணம் வெளிறியிருந்தது. இவன் மெல்ல கட்டிலின் காலடியோரம் உட்கார்ந்தான். வெளியில் எங்கோ பார்த்தபடியிருந்தான். மணி எதுவும் பேசவில்லை. வெகுநேரம் போயிற்று. இவனுக்கும் பேசத் தோணவில்லை. அணில்கள் பொரிந்த பனையோலைக் கூரைமேல் குதியாளமிட்டுக் கொண்டிருந்தன. நடேசன் வந்தபின்புதான் மணி பேசினான்.

“ஏண்டா.. இப்படியாயிட்டு வர்றே. உனக்கே நல்லா இருக்கா இது... ஏதோ ஒரு தடவெ ரெண்டு தடவெ ஜஸ்ட் ஜாலிக்காகப்

போறதுதான். அதுக்காகப் பொழுதுதன்னிக்கும் அவ பின்னாலேயே போயிர்றதா...?

இவனுக்குக் கோபம் வந்தது.

"போனா என்ன...?"

"என்னவா... உன் குடும்பக் கவுருவம் என்னன்னு உனக்குத் தெரியுமா? உன் அப்பா, தாத்தாவெல்லாம் எவ்வளவு ஒழுக்கமா வாழ்ந்தாங்கன்னாவது உனக்குத் தெரியுமா? பெரியூட்டுக்காரன் குடும்பமுன்னா ஊர்லேயே மானம் மருவாதிக்குக் கட்டுப்பட்ட குடும்பமுன்னு பேசிப்பாங்க."

நடேசன் குறுக்கிட்டுக் கேட்டான்:

"இவனோட அப்பா, அப்பாரு எல்லாம் ஒழுக்கமானவங்கன்னு உனக்கொப்பர்றா தெரியும் மணி?

மேலும் நடேசன் சிரித்தான். திரும்பவும் இவனுக்குக் கோபம் வந்தது. எட்டி நடேசன் கன்னத்தில் அறைந்தான். படீரெனச் சப்தம் எழக் கனமான அறை. நடேசன் சுதாரித்துப் பின்பு இவனைத் தாக்கினான். கெட்ட வார்த்தையில் திட்டினான். கட்டிப் புரண்டார்கள். மணி குறுக்கிட்டு இவனையும் நடேசனையும் விலக்கினான். பின்பு சப்தமாகக் கத்தினான்.

"வெசாரிச்சுக்குவோம்... இவனோட அப்பா, அப்பாரு மட்டுமில்ல, என்னோட அப்பா, அப்பாரு உன்னோட அப்பா, அப்பாரு... ஊர்ல எல்லா பெரிய மனுஷங்களைப் பத்தியும் வெசாரிச்சு முடிவுக்கு வருவோம். அதுவரைக்கும் நீங்க சண்டை கட்டிக்க வேணாம்."

அதன்பின்பு மணியும் நடேசனும் இரவு நேரங்களில் சைக்கிளை எடுத்துக்கொண்டு கரைவெளி ஊர்களுக்குப் போனார்கள். திரும்பி வரும்போது நடுச்சாமமாகியிருந்தது. சிநேகிதமான கிழவர்களை விசாரிக்கப் பகல் பொழுதுகளில் உள்ளூருக்குள்ளும் அலைந்தார்கள். வீட்டுப் பெண்களும் ஆண்களும் தோட்டம், காட்டுக்குக் கிளம்பிப்போனபின்பு வெளித்திண்ணையில் வயதானவர்கள் மட்டுமே தனித்திருக்கும் பகல்பொழுது விசாரிக்கச் சவுகரியமாயிருந்தது. அவர்களிடம் பல்வேறு ரகசியங்கள் பொதிந்து கிடந்தன.

ஒரு வாரம் போயிருந்தது. ஒரு சாயங்காலத்தில் நடேசன் வந்து இவனை மணியின் தோட்டத்திற்குக் கூட்டிப்போவான். சாய்ப்பை ஒட்டிய கிணற்றுமேட்டுத் தொளைவாரிப் பூவரசு மரநிழலில், 'தாசிக் குறத்தி' உட்கார்ந்திருந்தாள். அவளை வயது ஒடுக்கியிருந்தது. இப்போது அவளிடம் ஒரு தலைமுறையை ஆண்டதற்கான அடையாளம் எதுவுமே தெரியவில்லை. வயோதிகம் சாதாரணமாக்கியிருந்தது.

மணி, ஒரு பத்து ரூபாய் நோட்டை எடுத்து தாசிக் குறத்தியிடம் கொடுத்தான். தாசிக்குறத்தி சிரித்தாள். பின்பு மெதுவாகப் பேசினாள். நிறைய விஷயங்கள் வெளிவந்தன. அத்தனையும் அந்தரங்கங்கள். யாருக்குமே தெரியாது என அவர்கள் நினைத்துக்கொண்டு ஊருக்குள் நிமிர்ந்து நடக்கும் கம்பீரத்தைப் பொசுக்கும் அந்தரங்கங்கள்.

இவனுள் எத்தனையோ பிரமிப்புகள் உடைந்துபோயின. இனி, எதிர்பட்டுச் சிலர் சிரிக்கும்போது, எங்கே மதிக்காமல் போய்விடுவோமோ எனத் தோணியது. மணி, நடேசன், அப்பா, அப்பாருவப் பற்றிக்கூடப் பேசினாள். கடைசியாக, இவனைப் பார்த்துச் சிரித்துவிட்டுச் சொன்னான்.

“இவிய அப்பாரு...”

இவன் குடும்பப் பிரமிப்பு இவனுள் உடைய வேண்டாம் என நினைத்தான். எழுந்துவிட்டான். சாய்ப்பு தாண்டியபின்னும் தாசிக்குறத்தி கூறிக்கொண்டுதான் இருந்தாள். மணியும் நடேசனும் விழுண்டு விழுந்து சிரிப்பது கேட்டது. மணியாலும் நடேசனாலும் அவர்களின் அப்பா, அப்பாருவைப் அறிய அந்தரங்கங்களைக் கேட்கும்போது எப்படி சிரிக்க முடிந்தது? யோசித்தபடி நடந்தான். பொழுது மேற்கே இறங்கிக் கொண்டிருந்தது.

காலம் வேகமாகப் போனது. வருடத்திற்கு வருடம் மழை பெய்வது குறைந்துகொண்டே வந்தது. கிணறுகளில் தண்ணீர் கீழே போய்விட்டது. மெல்லப் பஞ்சம் ஊரெங்கும் சூழ்வதை உணர முடிந்தது.

நடேசனுக்கு வேலைக்குப் போகவேண்டும் என்கிற சூழ்நிலை உருவாயிற்று. குடும்பத்தோடு கரூர் போய்விட்டான். பவர்லூம் தறியில் வேலை செயதாக மணிக்குக் கடிதம் எழுதினான். ஆறு மாதம் கழித்து நீலியம்மன் கோவில் சாட்டுக்கு வந்திருந்தபோது, அவனோடு தறியில் ‘தார்’ போடும் ஒரு பெண்ணையே காதலிப்பதாகச் சொன்னான். அதன்பின்பு இவர்களுக்கும் அவனுக்குமான தொடர்பு
சொன்னான். அதன்பின்பு இவர்களுக்கும் அவனுக்குமான தொடர்பு
அற்றுப்போய்விட்டது. நடேசன் அந்தப் பெண்ணைக் கூட்டிக்கொண்டு ஓடிப்போய்விட்டான் என ஊருக்குள் யாரோ சொன்னார்கள். இவனும் மணியும் மேற்கொண்டு விசாரிக்கவில்லை.

மணியின் தோட்டத்தில் தென்னை மரங்கள் காய்ந்து கொண்டிருந்தன. ஆடிக்குப் பின்னிட்டுத் தோட்டம் பொட்டலாகிப் போனது. ஆடு மாடுகளுக்குப் பெருத்த தீனிப்பஞ்சம் உருவானது. மணியின் அப்பா, மாடுகளுக்குப் பனையோலைகளை வெட்டிப்போட்டு நாட்களைக் கடத்திக்கொண்டிருந்தார்.மணி, கரைவெளிக்கு ஆடுகளை ஓட்டிப்போய் மேய்த்து வந்து கொண்டிருந்தான்.

கோடைக்காற்றின் அகோரத்தனம் மிகுதியாயிற்று; செம்புழுதியைச் சுழற்றியபடியிருந்தது. இங்கு எல்லா கிணறுகளுமே நீர் வற்றிப்போயின. ஊருக்குள் விடியும்முன்பே பெண்கள் குடங்களோடு திரிந்தார்கள். இவன் வீட்டுக்குப் பின்புறம் அப்பா ஒரு 'போர்' ஓட்டியிருந்தார். நல்ல நீர் பொத்திருந்தது. 'கம்ப்ரசர்' மாட்டி தொட்டியில் தண்ணீர் விழுந்துகொண்டிருந்தது. இங்கிருந்தே தொட்டித் தண்ணீர் தோட்டங்களுக்குப் பாய்ந்தது.

அந்தத் தொட்டியில் ஊர்ப் பெண்களின் குடங்கள் சதா மோந்த வண்ணமிருந்தன. அந்தப் பெண்களை அப்பா எதுவும் சொல்லமட்டார். ஆனால், அம்மா முகம் பார்த்துத் திட்டுவாள். தண்ணீர் சேதமாவதில் ஆதங்கமிருந்தது. அப்படியான ஒரு அதிகாலையில் அவள் தண்ணீருக்கு வந்தபோது, அம்மா அவளைத் திட்டாமல் விடுவதை இவன் பார்த்தான்.

அன்று மதியம் அவள் தன் பெரிய பையனோடு வீட்டுக்கு வந்தாள். அம்மாவோடு வெகுநேரம் பேசிக்கொண்டிருந்தாள். அம்மா பின்வாசலில் உட்காரவைத்து அவளுக்கும் பையனுக்கும் சாப்பாடு போட்டாள். பின்பு அவளைத் தாட்டும்போது அம்மா முறம் நிறையச் சோளம் எடுத்து வந்தாள். அவள் முந்தானையை விரித்து வாங்கிக் கொண்டாள். அம்மா வீட்டுக்குள் போன தருணம் பார்த்து இவனைக் கூப்பிட்டுச் சொன்னாள்:

"இன்னிக்கு ராத்திரி ஒத்தப் பாறைக்குப் பின்னால வாங்க..."

இவன் தலையசைத்துவிட்டுச் சன்னல் பக்கம்போய் நின்றுகொண்டான். உள்ளிருந்து வந்த அம்மா அவளுக்குப் பணம் கொடுத்தாள். அவள் கும்பிட்டுவிட்டுக் கிளம்பினாள். அந்தப் பையனை அம்மா பிடித்துக்கொண்டாள். பையனுக்கு மூக்கில் ஊளை ஒழுகியது. பையன் ஓலமிட்டு அழுதான். அவள் மறைந்தபின்னும் பையன் அழுதுகொண்டேயிருந்தான். இரவு சாப்பிடும்போது அம்மா பையனிடம் சொல்லிக்கொண்டிருந்தாள்.

"இப்படி அழுதீனா... நாளையிலிருந்து சோறு கெடைக்காது. கரை வெளிக்குப் பசங்களோட ஆடு ஓட்டிப் போகோனும் புரியுதா?"

பையன் கண்ணைத் தேய்த்துக்கொண்டே தலையசைத்தான்.

ஊர் மெல்ல அடங்கத் தொடங்கியது. இவன் ஒற்றைப் பாறைக்குப் போனான். என்றுமில்லாமல் பாறை பிரம்மாண்டமாகத் தெரிந்தது பின்னாலிருந்த மறைப்புகளெல்லாம் அற்றுப்போய்விட்டன. அவள் உட்கார்ந்திருந்தாள். ஆற்றுவெளி முழுதும் வெறிச்சென்றிருந்தது. வேலிப்புதர்கள் அழிந்துகொண்டிருந்தன. கரி அடுப்பிலிருந்து புகை கிளம்பி மேலே போயிற்று. மங்கலான இருட்டினூடே புகை மேலே

போவதைக்கூட காண முடிந்தது. மணல்கள் வழிக்கப்பட்டிருந்தன. அவள் எழுந்தபோது நிலா கிளம்பிக்கொண்டிருந்தது. தேய்பிறைக் காலம். இவன் பாக்கெட்டிலிருந்து பணம் எடுத்துக் கொடுத்தான். அவள் வாங்கிக்கொண்டே அழுதாள். வெகுநேரம் தேம்பியபடி நின்றாள்.

அப்போது உப்பாற்றுக் கரைமேட்டிலிருந்து பேட்டரி லைட்டுகள் சில இறங்கி ஊர்ப்பாதையில் வந்தன. அவர்கள் ஏதேதோ பேசியபடி விரசல் விரைசலாக வந்தார்கள். அருகில் கடந்தபோது அந்த வெளிச்சத்துக்குள் நீலியம்மன் கோவில் பூசாரியின் திரிந்த சடைமுடியும் காவி உடுப்பும் தெரிந்தன. அவள்தான் பதற்றமாகச் சொன்னாள்.

“சாமத்துல பூசாரியக் கூட்டிப் போறங்கன்னா ஊருக்குள்ள ஏதோ ஆபத்து... இல்லீனா ஆரையாவது பூச்சி தொட்டிருக்கும்”

அவர்களைத் தொடர்ந்து, இவனும் கிளம்பினான். மறுதினம் பொழுது உச்சிக்கு ஏறியபோது மணியின் எல்லாக் காரியமும் முடிந்திருந்தது. இழவுக்கு வந்த ஆட்கள் வீடெங்கும் நிறைந்து போயிருந்தனர். மீசையில்லாத மணியின் அப்பாவைப் பார்க்க பாவமாக இருந்தது. சாஸ்திரம் முடிந்த கையோடு நாசுவன் வந்து மணி படுத்திருந்த கட்டிலை எடுத்துப்போனான். குழுமேட்டை ஒட்டினாற்போல் மணியின் செருப்பும் பாயும் கிடப்பதைக் காணும்போதெல்லம் இவனையும் மீறி அழுகை பீரிட்டு வந்தது. முன் சாமங்களில் மணியின் இரு தங்கைகளும் அம்மாவும் அழும் ஒப்பாரிச் சப்தம் கிழக்கு வளவையே கரைத்துக் கொண்டிருந்தது. இவனால் ஊருக்குள் நடக்கவே முடியவில்லை. சதா அவர்களின் அழுகை ஊரெங்கும் எதிரொலித்துக்கொண்டே இருந்தமாதிரி இருந்தது.

யாருமற்றுப் போய்விட்டபின்பு இவனால் முன்புபோல சாப்பிடக்கூட முடியவில்லை. முகமெல்லாம் வெளிறியிப்பதாக அம்மா சொன்னாள்.

அவள் வீடு பூட்டியே கிடந்தது. வாசலில் பூண்டுகள் முளைத்திருந்தன. பொடகாலிப் படலில் கரையான்கள் ஏறியிருந்தன. எப்பொழுதாவது இரவு நேரங்களில் பையன் அவளைப் பற்றி அம்மாவிடம் கேட்பான். அதற்கு அம்மா சொல்வாள்:

“உங்க ஆயா... பஞ்சம் பொழைக்க போயிட்டாடா.. தெக்குச் சீமைக்கு... இனி எங்க திரும்பி வரப்போற போ...”

பையன் அழுவான். இவன், அழும் பையனையே நிச்சலனமாகப் பார்த்துக் கொண்டிருந்தான்.

அந்த வருஷம் கார்மழை கொஞ்சம் பெய்தது. பருவ மழையும் ஆடியிலேயே உக்கிரம்கண்டு பெய்யத் தொடங்கியது. மேக்காற்றுக் காலம் முடியும்வரை மழை ஓய்ந்தபாடில்லை. கிணறுகளிலெல்லாம் நீர் மேலே

வந்துவிட்டது. காலம் செழிப்பை நோக்கிப் போய்க்கொண்டிருந்தது. காற்று, திசை திரும்பியதும் புயல் எடுத்துக்கொண்டது. பூமி 'ஒரம்பு' எடுத்துவிட்டது. அன்று இரவெல்லாம் அடைமழை விடாமல் கொட்டியது. விடிந்தபின்பு கூரைத்தண்ணீர் சொட்டிக் கொண்டிருப்பதை இவன் பார்த்தபடி உட்கார்ந்திருந்தான். அப்போது பையன் வந்து இவனிடம் பள்ளிக்கூடத்திற்கு புதிய டீச்சர் வந்திருப்பதாகச் சொன்னான். டீச்சரை, அப்பா வடக்குவாசல் வீட்டில் குடிவைத்திருப்பதாகவும் சொன்னான்.

இவனுக்குப் புது டீச்சரைப் பார்க்கவேண்டும்போல் இருந்தது. ஏனென்று தெரியவில்லை. இரு தினங்கள் கழித்து அம்மாவே இவனை வடக்குவாசல் வீட்டிற்கு அனுப்பினாள், டீச்சருக்கு பால் கொண்டுபோய்க் கொடுக்கச் சொல்லி. அந்த நாளின் முந்தைய இரவும் மழை பெய்ந்திருந்தது. மழைவெயில் வரும் முன்பே தட்டான்களும் மழைக் குருவிகளும் தாழப் பறக்கத் தொடங்கியிருந்தன.

இவன் வடக்குவாசல் வீட்டைச் சமீபிக்கும்போதே, டீச்சர் வெளிவாசலில் கோலம் போட்டுக்கொண்டிருப்பதைக் கண்டான்.

டீச்சர் கோலம் போட்டுவிட்டு நிமிரும்போது, இவன் பால் சொம்போடு முன்னால் போய் நின்றான். ஈரவாசலில் கோலம் பிரமிப்பு ஊட்டியது. மயில்கழுத்து நிறமும் மஞ்சள் நிறமும் கலந்த பொடியில் தீட்டிய கோலம். இவ்வளவு அழகான கோலத்தை இந்த ஊரில் யார் வீட்டு வாசலிலும் இதுநாள்வரை இவன் கண்டதேயில்லை.

டீச்சர் இவனை சிரிப்போடு உள்ளே கூட்டிப்போனாள். வடக்குவாசல் வீடு தொட்டிக்கட்டு வீடு. சுற்றிலும் ஆசாரம் ஆசாரமாய் விரிந்துபோன புராதன அறைகள் நிறைந்தது. டீச்சர் இவனை நடுஅறைக்குள் கூட்டிப்போய் மடக்குச் சேர் பிரித்துப் போட்டாள். இவன் உட்கார்ந்தபின்பு பார்த்தான். இருள் அண்டிப்போன வீடு பிராகசம் ஆனதுபோல் இருந்தது. அப்போது ரேடியோவிலிருந்து மெலிதான வாத்தியம் வந்துகொண்டிருந்தது. டீச்சர் சமையற்கட்டுக்குள் மறைந்து கொஞ்சநேரத்தில் பால் பொங்கி, டீயுடன் வெளிப்பட்டாள். இவன் எதிரில் உட்கார்ந்து சிரிப்பு மாறாமலே பேசினாள்:

"நீதான் படிச்சுட்டு சும்மா இருக்கிறதா? அப்பா சொன்னாங்க"

இவன் சிரித்தான். டீச்சர் இவனிடம் பேசிக்கொண்டே வீடெங்கும் சுழன்றபடி வேலை செய்தாள். சிவந்த தாட்டியான டீச்சரின் தோற்றத்தில் ஒரு வசீகரமிருந்தது. அதன்பின்பு சனி, ஞாயிறுகளில் அதிகநேரம் கழிந்தது. மேலும் டீச்சர் உரிமையோடு கண்டிப்பது பிடித்திருந்தது. பொழுது தெற்கேபோன அந்த மாதங்களில் குளத்திற்கு மறுபடியும் நீர்க்காகங்களும் நாரைகளும் திரும்பியிருப்பதாகச் சொன்னர்கள். இவன் டீச்சரை அழைத்துக்கொண்டு பார்க்கப் போனான். திரும்பி

வரும்போது, கிளுவை வேலியில் கன்னிவிழிப் பூக்கள் பூத்துக்கிடப்பதை டீச்சருக்கு இவன் காட்டியபடி வந்துகொண்டிருந்தான். அந்த சாயங்காலந்தான் அப்பா, வேறுசில ஆள்களோடு இருவரையும் பார்த்துப் போனார்

என்னடா ராகு... வீட்டுக்கு வராம இங்க உக்காந்துக்கிட்டு... எப்படா வந்தே?

நடேசன் இவன் தோளைத் தட்டி உலுக்கினான். நடேசன் வீட்டுக்கு கோவிலிலிருந்து தெற்கே பிரிந்த வீதிவழியாகப் போக வேண்டியிருந்தது. நடேசன் உப்பியிருந்தான். இளமை முடிந்துவிட்ட மாதிரி இருந்தது அவன் தோற்றம். நடேசன் வீட்டுப் பந்தல் முழுவதும் காகிதப்பூக் கொடி படர்ந்திருந்தது. பந்தலுக்கடியில் பெரியவர் ஒருவர் கட்டிலில் படுத்திருந்தார். வீட்டுக்குள்ளிருந்து ஒரு பெண் எட்டிப் பார்த்துவிட்டுப் போனாள். திண்ணையில் உட்கார்ந்திருந்தார்கள். இவனைப் பற்றி, ஊரைப் பற்றி, மணியின் மரணம்குறித்து நிறைய விசாரித்தான் நடேசன். பேசிக்கொண்டேயிருந்தார்கள். அந்தப் பெண் ஆளுக்கொரு டம்ளரில் 'டீ' கொண்டுவந்து வைத்துவிட்டுத் திரும்பவும் உள்ளே போய்விட்டாள். இவனோடு இரவுச் சாப்பாட்டின்போதுதான் பேசினாள். திண்ணையில் பாய் போட்டபின் நடேசன் இவனை அழைத்துகொண்டு மெயின் ரோட்டுக்கு வந்தான். மளிகைக் கடையில் சிகரெட் வாங்கிப் பற்ற வைத்தபடி கேட்டான்:

"சும்மா பாக்கலாமுன்னுதானா... இல்ல ஏதாச்சும் சோலியா?

"சோலிதான்... ஒரு சின்ன சோலி... உன்னால மட்டுந்தான் முடியற சோலி."

"அப்படியென்ன சோலி"

"அப்பாவைப் பத்தினதுதான். அன்னிக்கு நீங்க... தாசிக்குறத்திக்கிட்ட விசாரிச்சப்ப நான் பிலுக்கிட்டேன். இன்னிக்குத் தேவைப்படுது."

நடேசன் சிகரெட்டை வீசியபடி கேட்டான்:

"உம்புத்தி ஏண்டா இப்படி குரூரமாப் போகுது. ஊர்ல உன்னமாதிரி எனக்கெல்லம் ஆண்டவன் வசதிய குடுத்திருந்தா இந்நேரம் நானெல்லாம் எங்கேயோ போயிருப்பேன் தெரியுமில்ல..."

"தெரியும் அதனால்தான் உனக்கெல்லாம் ஆண்டவன் வசதியக் கொடுக்கல"

நடேசன் முறைத்தான். மேலும் ஒரு சிகரெட்டைப் பற்றவைத்தான். புகை கசிந்தது. அதன் கச்சலான வாசனை இவனுக்கும் பிடிக்கும்.

"செரி அத வுடு... அப்பாவப் பத்தினது இப்பெதுக்கு"

“நான் ஒரு டீச்சரோடு பழகினேன். அவுங்க ஒழுக்கமானவங்க. அப்பா எங்கமேல சந்தேகப்படறாரு. அவரு சந்தேகப்பட்டதனாலதான் நானும் இத்தனை நாளைக்குப் பின்னால அவர்மேல சந்தேகப்படறேன். அவர் இளமையிலும் எதாவது ஒரு அந்தரங்கம் இருக்கும்.”

“இருந்துட்டுப் போகட்டுமே.. அது உனக்குத் தெரிஞ்சா மட்டும் உம்மேல உங்கப்பா சந்தேகப்படாம இருக்கப்போறாரா என்ன?”

“ஆமா... நான் அதை அவர்கிட்டச் சொல்லி அவர் வாயை அடைப்பேன்”

நடேசன் இவனையே உற்றுப் பார்த்தான். பின்பு சொன்னான்:

“உனக்கு உங்கப்பாவப் பத்தின விசயத்தானே வேணும்? சொல்லிடறேன். பின்னால ஏதாச்சும் விபரீதமாச்சுன்னா நாம் பொறுப்பில்ல”

சிறிது இடைவெளிவிட்டுப் பேச்சைத் தொடர்ந்தான் நடேசன்.

“பதினெட்டு வயசிலிருந்து இருபத்துமூணு வயசு வரைக்கும் ஒரு கலியாணமான பொண்ணோட உங்கப்பாவுக்குத் தொடுப்பு இருந்திருக்கு. அப்புறம் தாசிக்குறத்தியோடகூட தொடுப்பு இல்ல... அவ்வளவுதான் நாங்க வெசாரிச்சோம்...”

“சரி அந்தப் பொம்பளை யாரு?

“எனக்குத் தெரியாது?”

“பொய் சொல்லறே நீ?”

“இல்லே... சத்தியமாவே எனக்குத் தெரியாது”

“உங்கம்மா மேலே சத்தியமா தெரியாதுன்னு சொல்லு”

நடேசன் எழுந்து தடத்தில் நடந்தான். எதுவும் பேசாமலையே. இவன் நடுரோட்டில் நின்று கத்தினான்.

“நீ சொல்லாமல் போனா நான் இப்பிடியே ஊருக்குப் போயிருவேன்”

“போய்க்க... கடெசி பஸ்ஸும் போயிருச்சு.”

இவன் திரும்பி நடக்கத் தொடங்கினான். நடேசன் திரும்பி வந்து தடுத்துக் கேட்டான்:

“அவசியம் அது யாருன்னு தெரிஞ்சுதான் ஆகணுமா?”

“ஆமா...”

“அது எங்கம்மா...”

●

நெட்டுக்கட்டு வீடு

நெட்டுக்கட்டு வீடு, ஊரின் வடக்குப்புறத்தில் இருந்தது. அதன் மதிற்சுவர் விநாயகன்கோவில் வரை நீண்டு இருந்தது. விநாயகன்கோவில் அரசமர நிழல் காலைநேரங்களில் வாசல் முழுதும் பரவிக்கிடந்தது. விநாயகன்கோவில் முன்பு சேந்துக் கிணற்றுக்கு தண்ணிக்கு வரும் பெண்கள் தண்ணி சேந்தியபின், கயிற்றை நெட்டுக்கட்டு வீட்டுத் திண்ணையில் கொண்டுவந்து போட்டுப் போயினர். இரவெல்லாம் தண்ணி சேந்திக் கொண்டேயிருந்தார்கள் பெண்கள். கப்பிகள் உருளும் சப்தம் கேட்டபடியே இருந்தன நெட்டுக்கட்டு வீட்டுக்கு, விடியும்வரை.

நெட்டுக்கட்டு வீட்டின் வெளித்திண்ணை தாழ்ந்து இருந்தது. வாசற்படி ஏறியபின் குனிந்தே உள்ளே போகவேண்டியிருந்தது. வீடு விரிந்து போயிற்று. உள்ளே போகப் போக நிறைய நடைகளைத் தாண்டித் தாண்டி போகவேண்டியிருந்தது. மொத்தம் உள்ளே ஏழு நடைகள் எதிர்ப்பட்டன. ஒவ்வொரு நடையின் கதவுகளிலும் வேலைப்பாடுகள் செய்யப்பட்டிருந்தன. ராமையா கம்மாலன்தான் அவ்வளவு நுணுக்கமாக வேலைப்பாடுகள் செய்தான்.

கடைசி நடைக்கு கதவுபூட்டிய சாயந்தரத்தில் ராமையாவைக் கூப்பிட்டு செல்லீயக் கவுண்டர் திட்டிக்கொண்டிருந்தார். ராமையா முகம் தொங்கிப்போய்ப் போனான். உளியும் எளப்பக்கூடும் வேலை செய்த இடத்திலேயே கிடந்தன. அன்று இரவு ராமையா ஊரைவிட்டுப் போய்விட்டதாக ஊருக்குள் சனங்கள் பேசிக் கொண்டார்கள். பின் எங்கு தேடியும் ராமையா கிடைக்கவேயில்லை.

வீடு புண்ணியார்ச்சினை அன்றைக்கு கம்மாலன் இல்லாதது பெரிய குறையாகப் போய்விட்டது, செல்லீயக் கவுண்டருக்கு. ராமையாவுக்கு எடுத்த வேட்டியையும் துண்டையும் பெட்டியின் மேலேயே வைத்திருந்தார் அவர் வெகுகாலம். அதன் வெள்ளை மங்கியபின் ஒருநாள், அதனை சாமக்கோடாங்கிக்கு தூக்கிக் கொடுத்தார். வீட்டில் யாருக்கும் தெரியாமல் கோடாங்கி அதனைக் கொண்டுபோய் சுடுகாட்டின்மேல் வீசிவிட்டுப் போய்விட்டான். கோடாங்கி, அப்படி ஏன் செய்தான் என்று யாருக்கும் விளங்கவில்லை. செல்லீயக் கவுண்டர் அன்றிலிருந்து பயந்துபோனார். இரவெல்லாம் தூக்கம் கொள்ளவில்லை அவருக்கு. விட்டத்தைப் பார்த்தபடியே படுத்துக்கிடந்தார். கண்ணசரும் வேளையில் விடிந்து கொண்டிருந்தது. விசயம் கேள்விப்பட்டபின் பெண்களும் பயந்து அழுதனர். வீடெங்கும் சோகம் கப்பிக்கொண்டது. சிரிப்புச் சத்தம் ஓய்ந்தேபோனது. பின்புறம் கிணற்றடியில் பாத்திரம் தேய்ப்பதுகூட மெல்லிசாகவேபட்டது.

வெகுநாட்கள் போனபின் ஊரிலிருந்த பெரிய மச்சினன் வந்திருந்தார், நெட்டுக்கட்டு வீட்டுக்கு. பெரிய மச்சினன் செல்லீயக் கவுண்டரின் பேசியபின் குள்ளம்பாளையத்திலிருந்து மருந்து எடுப்பவனைக் கூட்டிவந்தார். மருந்து எடுப்பவன் நடு ஆசாரத்தில் உட்கார்ந்து கொண்டான். சாமம் தாண்டியும் பூஜை செய்தான். அவனைச் சுற்றிலும் ஊதுபத்தியும் சாம்பிராணியும் புகைந்து கொண்டேயிருந்தன. பர்வதம் கவுண்டச்சியும் மூன்று பெண்களும் நடையோரம் நின்று வேடிக்கை பார்த்தபடியிருந்தனர். பெரிய மச்சினனும் செல்லீயக் கவுண்டரும் மருந்து எடுப்பவன்முன்பு கயிற்றுக்கட்டில் போட்டு உட்கார்ந்துகொண்டனர். வெற்றிலை போட்டபடியே கவனித்தனர். அவர்கள் எச்சில் துப்ப பித்தளைப் பனிக்கம் இருந்தது கட்டிலுக்கடியில்.

கோழி கூப்பிட்டது. மருந்து எடுப்பவன் பெரிய மச்சினனை தனியே அழைத்துப் போய்ச் சொன்னான்.

“என்னால ஆகாது. பெருசா வித்தெ காட்டுது. பாலக்காட்டுல ஒருத்தன் இருக்கான். கூட்டிட்டு வாரேன். செலவுக்கு எதாச்சும் குடுங்க...”

செல்லீயக் கவுண்டர் மருந்து எடுப்பவனை உள்ளே கூட்டிப்போய் பெட்டியிலிருந்து பணம் எடுத்துக் கொடுத்தார். மருந்து எடுப்பவன் கிளம்பிப் போனான். கிழக்கு வெளுத்துக் கொண்டிருந்தது. குருவிகள் கத்தத் தொடங்கியிருந்தன. இரண்டு நாட்கள் கழித்து நடுச்சாமத்தில் வந்து மீண்டும் மருந்து எடுப்பவன் கதவைத் தட்டினான். செல்லீயக் கவுண்டர் மருந்து எடுப்பவனையும் இன்னொருவனையும் வீட்டுக்குள் கூட்டிவந்து நடு ஆசாரத்தில் உட்காரவைத்தார். மருந்து எடுப்பவன் இன்னொருவன் முன்பு பூஜை சாமான்களைப் பரப்பினான். தீக்குண்டன் முழங்கியபோது, இன்னொருவன் முகம் தெரிந்தது. நீண்ட தாடியோடு

கண்கள் உள் ஒடுங்கிப்போய் இருந்தான் இன்னொருவன். பெண்கள் பயந்தனர். மந்திரம் தொடங்கியது. விபூதி வாசனை ஆசாரமெங்கும் அடித்தது. பெண்கள் நடையில் நின்று பம்மியபடி பார்த்தனர். பர்வதம் கவுண்டச்சி பெண்களை மிரட்டி உள்ளே கூடிப்போய் படுக்க வைத்தாள். பெண்கள் தூக்கம் கொள்ளாமல் விழித்தனர்.

இன்னொருவன், சிறிய பித்தளைச் சொம்பில் வழிய தண்ணீர் ஊற்றினான். அதன்மேல் தேங்காய் தொட்டியை மிதக்கவிட்டான். தொட்டியில் பாதிக்குமேல் நல்லெண்ணெய் ஊற்றினான். மருந்து எடுப்பவன் எழுந்து வெளியே சென்றான், செல்லீயக் கவுண்டரை அழைத்துக்கொண்டு. செல்லியக் கவுண்டரை மண்பாதையில் நடக்க வைத்து, அவரின் காலடி மண்ணை அள்ளி எடுத்தான். காலடி மண்ணை வெள்ளைத் துணியில் முடிந்து கொண்டான்.

உள்ளே வந்தான் வேகமாக. காலடி மண்ணை எண்ணெய்க்குள் போட்டான். இன்னொருவன் மந்திரம் சொல்லிக் கத்தினான். ஊதினான். குபீரென்று தீப்பற்றியது. பார்த்துக் கொண்டிருந்தவர்கள் எல்லாருக்கும் சிட்டெடுத்தது. இன்னொருவன் விரைசலாக எழுந்தான். பின்புறம் கிணற்றடிக்கு ஓடினான். பின்னே மருந்து எடுப்பவனும் எழுந்து ஓடினான். இருவரும் கிணற்றை நாலைந்து முறைக்குமேல் சுற்றினார்கள். சுற்றும்போது அவர்களுக்குள் பேசிக்கொண்டார்கள்.

“இதோ... இதோ... இங்கே போகுது...”

“அதோ... அதோ... அந்தப் பக்கம் ஓடுது...”

“சவ[illegible]ரு ”

மருந்து எடுப்பவன் கத்தினதும் இன்னொருவன் ஓரிடத்தை நன்றாக அழுத்திக் கொண்டான். மருந்து எடுப்பவன் செல்லீயக் கவுண்டரிடம் பேசி கடப்பாரை கொண்டு வந்தான். வேகமாக நடந்தன. அவனின் எல்லா செயல்களுமே இன்னொருவன் கடப்பாரையை வாங்கி அவன் அழுத்திக்கொண்டிருந்த இடத்தில் தோண்டினான். இரண்டடி தோண்டியபின் ஒரு பாட்டிலை வெளியே எடுத்தான். இன்னொருவன் சிரித்தான்.

பாட்டில் ஹார்லிக்ஸ் பாட்டில்போல் கொஞ்சம் பெரிய அளவில் இருந்தது. பாட்டிலைத் துடைத்தபோது உள்ளே சில முடிகளும் தாயத்துகளும் தெரிந்தன. மெல்ல கிழக்கு வெளுத்துக் கொண்டிருந்தது. விடிந்தபின் மருந்து எடுப்பவன், செல்லீயக் கவுண்டரிடம் சொல்லிக்கொண்டிருந்தான் சப்தமாக.

“அது உங்க முடிதான் சாமியோவ்... இன்னையோட ராஜாங்கத்தே புடிச்ச பீடே தொலஞ்சுது... எங்களப் பாத்து கொஞ்சம் கவனீங்க சாமியோவ்!”

மருந்து எடுத்த வருஷம் ஆடிக் கடைசியிலேயே கோடைக்காற்று நின்றுவிட்டது. உக்கிரம் எடுத்தது. ஆவணி முதல் நாளிலிருந்தே பருவமழை தொடங்கிவிட்டது. முதல் மழையே உழவு மழைக்கு மேல் பெய்தது. குடியானவர்கள் கொறங்காடெங்கும் கொள்ளும், நரிப் பயிறும் விதைத்தனர். இட்டேரி நெடுக ஆட்கள் நடந்தபடியிருந்தனர். கிளுவை வேலிகள் பசுத்திருந்தன.

செல்லீய கவுண்டர் 'கெழக்கு வாலையன்' கொறங்காட்டில் 'விதைப்பு' போட்டுக்கொண்டிருந்தார். கொழுக்கட்டைப் புல்லும் கோரைக்கிழங்கும் முட்டியிருந்தன. செருப்புக்காலில் சொறசொறவென மிதிபட்டன. ஆட்கள் ஏர் ஓட்டினர். மொத்தம் நான்கு ஏர் ஓட்டினர். இளமணல்காட்டு பூமி அது. உழவு பரல்பரலாக செம்பாடாகிக் கொண்டிருந்தது. முன்னத்து ஏர்க்காரன் பின்னத்து ஏர்க்காரனை சப்தமாக பறைந்தபடி ஏர் ஓட்டினான்.

"படைக்கால்ல புடிக்காம ஓட்டுப்பா..."

"செரி... செரி... நீ வெளாவுல புடி.."

பொழுது பனை உயரத்திற்கு வந்திருந்தது. 'பழைய சோத்து' நேரம் நெருங்கிக்கொண்டிருந்தது.

பூங்கொடிப் பண்டாரச்சி கூடையில் சாப்பாடு சுமந்துவந்தாள். கூடையை, குடைசீத்தை மரநிழலில் இறக்கிவைத்தாள். முந்தானைச் சும்மாட்டை பிரித்தபடி செல்லீயக் கவுண்டர் 'விதைப்பு' வல்லத்தை உத்தியில் அப்படியே வைத்துவிட்டு கிளம்பிப் போனார் வேகமாக. ஆட்கள் ஏரை நிறுத்தினர். வேலியோரம் போய் பல்குச்சி ஒடித்தனர்.

செல்லீயக் கவுண்டர் வாசற்படியில் செருப்புக் கழற்றும்போதே சொர்ணாத்தாளும் சின்னாத்தாளும் எட்டிப்பார்த்துப் போனார்கள். சமையற்கட்டை ஒட்டிய உள்அறையில் பழனாத்தாள் உட்கார வைக்கப்பட்டிருந்தாள். செல்லீயக் கவுண்டரைக் கண்டதும் பழனாத்தாள் வெட்கப்பட்டாள். முகம் பூரித்திருந்தது. கிணற்றடியில் பர்வதம் கவுண்டிச்சி, பொன்னி வண்ணாத்தியுடன் பேசுவது கேட்டது.

"சின்னக் கவுண்டிச்சிக்கு வயசு என்னஙகாத்தா ஆகுது?"

"இந்த பொரட்டாசி வந்தா பதினேழு முடியுது"

"மூணு வருஷத்துக்கு முன்னாலேயே ஊருக்குள்ள நாலு பேரு நாலுவிதமா பேசியிருக்கமாட்டாங்க... இல்லீங்களாத்தா...?"

"பொம்பள உக்கார்ரதும் பூ வெடிக்கறதும் வீசநாழியிலே நடக்கற சமாச்சாரம். எல்லாம் ஆண்டவன் கிருபெ பொன்னி... நம்ம நெனப்புல என்ன நடக்குது"

செல்லீயக் கவுண்டர் பின்கட்டு விட்டத்தைப் பிடித்தபடியே நின்று தலையை நீட்டிச் செருமினார். பேச்சு நின்று போயிற்று. பர்வதம் கவுண்டிச்சி கையைக் கழுவியபடி உள்ளே வந்தாள். பொன்னி வண்ணாத்தி போனபிறகு மொட்டை ராகவன் வந்து பின்கட்டில் நின்று சப்தம் போட்டான்.

"சாமி... எசமாங்க... ஆத்தோவ்...!"

பர்வதம் கவுண்டச்சி போய்ப் பார்த்து வந்தபின், செல்லீயக் கவுண்டர் எழுந்து பின்புறம் போனார். மொட்டை ராகவன் கும்பிட்டான்.

"சாமி... எசமாங்க!"

"மங்களமுண்டாகுட்டுப்பா!"

பெண்களின் பேச்சு வீட்டுக்குள் அதிகமாயின. பெண்கள் நடந்து கொண்டு இருந்தார்கள். வீடெங்கும் மதியம்வாக்கில் மொட்டை ராகவன் தோட்டத்தில் சவ்வாரி வண்டி பூட்டினான். வாசலுக்கு ஓடிவந்து திருப்பி நிறுத்தினான். வண்டியில் பர்வதம் கவுண்டிச்சி ஏறியபின், செல்லீயக் கவுண்டர் ஏறி உட்கார்ந்தார். மொட்டை ராகவன், எருதுவின் கயிற்றை இழுத்துப் பிடித்தபடி பின்னால் திரும்பிக் கேட்டான்.

"மாப்பிள்ளை எசமாங்க.. இருப்பாங்களா சாமி. இந்நேரத்துல"

"நீ வண்டிய ஓட்றா.."

வண்டி கிளம்பிப்போனது. பொழுது உச்சியிலிருந்தது. பெரிய மச்சினன் ஊருக்கு ஐந்து மைல் போக வேண்டியிருந்தது.

வண்டி நெட்டுக்கட்டு வீட்டுக்குத் திரும்பி வந்தபோது இருள் அடர்ந்திருந்தது. பழனாத்தாளைச் சுற்றிலும் பெண்கள் உட்கார்ந்து பேசிக்கொண்டேயிருந்தார்கள் விடியும்வரை. பொழுது கிளம்பியபின் சடங்குக்கான சீர்வரிசைகள் தொடங்கின. வாசல் முழுதும் சனங்களாய் நிறைந்துபோய் இருந்தனர். மொட்டை ராகவன் முறைமைக்காரர்களை கூப்பிட்டபடி இருந்தான். பொன்னி வண்ணாத்தி தீப்பந்தம் வைத்தாள். பழனாத்தாளை நடுவாசலில் நாற்காலியில் உட்காரவைத்தனர். பழனாத்தாளை மஞ்சள் தண்ணி ஊற்றும்பொழுது திண்ணையில் அவன் உட்கார்ந்திருப்பதைப் பார்த்தாள் பழனாத்தாள். மீசை அடர்ந்திருந்தது அவனுக்கு, வெள்ளை வேட்டி, சட்டையில் எடுப்பாக இருந்தான் அவன். நெடுநெடுவென வளர்ந்திருந்தான்.

அன்றிலிருந்து பழனாத்தாள் சேலையே கட்டினாள். சொர்ணாத்தாளும் சின்னாத்தாளும் ஒரு தினுசாகப் பார்த்தனர் பழனாத்தாளை. காதில் வந்து குசுகுசுவென சொல்லிச் சிரித்தனர்.

“அக்கா... நீ ரொம்ப பெரிய பொம்பளையாட்ட இருக்கே!”

பர்வதம் கவுண்டிச்சியும் அதையே சொன்னாள். செல்லீயக் கவுண்டர்கூட அப்படித்தான் சொன்னார். சேந்து கிணற்றடிக்கு தண்ணீர் சேந்தவரும் பெண்கள் பழனாத்தாளைப் பார்க்குப்போது, எல்லாம் பழனாத்தாளுக்கு முகம் பூரித்துப்போயிருப்பதாகச் சொல்லிப் போனார்கள்.

அடைமழை தொடங்கிவிட்டது. சீமைஓட்டிலிருந்து கூரைத்தண்ணி விடாமல் விழுந்துகொண்டிருந்தது. கிழக்கேயிருந்து முகில்கள் கிளர்ந்தபடியே இருந்தன. ஊரில் ஆண்கள் எல்லோரும் ரேடியோ வைத்துக் கேட்டனர்.

புயல் எடுத்திருப்பதாகப் பேசிக் கொண்டனர். புயல் கரையைக் கடக்க இன்னும் இரண்டுநாள் ஆகும் என்றும் நாகப்பட்டினம் கிழக்கில் கரையைக் கடக்கக்கூடும் என்றும் சிலர் அபிப்ராயம் தெரிவித்தனர்.

மழை நிற்காமல் கொட்டியது. முந்தின இரவெல்லாம் நிற்காமல் மழைபெய்த ஒரு விடியற்காலையில் கரை வெளியிலிருந்து பருவகாரன் வந்து செல்லீயக் கவுண்டரைக் கூப்பிட்டுச் சொன்னான்.

“வயல்ல பயிரெல்லாம் இத்துட்டு இருக்கு சாமி! தண்ணி வரப்பு நெறஞ்சு போகுது... ஒடப்பு தூக்கிட்டு இருக்கு”

பருவகாரன் கொங்காடையில் தண்ணி ஒழுகிக் கொண்டிருந்தன. வாசலிலேயே நின்றிருந்தான் வெகுநேரம்.

செல்லீயக் கவுண்டர் அவசரமாக உள்ளே வந்து கட்டில்மேல் ஏறினார். அட்டாழியோரம் விட்டத்தில் சொருகியிருந்த ஓலைக் குடையை எடுத்துக்கொண்டு இறங்கி வெளியே போனார். பழனாத்தாளிடம் கூப்பிட்டுச் சொன்னார்.

“நா... வர்றதுக்கு ராத்திரி ஆகு... உங்கம்மாட்ட சொல்லீரு...”

செல்லீயக் கவுண்டர் பருவகாரனோடு கிளம்பிப்போனார். மழை அடர்ந்தது. கருக்கல்கள் ஏறிக்கொண்டேயிருந்தன. சீமை ஓடுகளில் நவுரடித்தது. கோழிகள் விடைத்துத் திண்ணையோரங்களில் ஒண்டின. வீதியில் ஆட்கள் ஓலைக் குடையோரம் கொங்காடையோடும் நிறைய குளக்கரையை நோக்கிப்போயினர். ரவரவென பேசிக்கொண்டே போயினர்.

“இப்ப நாம்பாத்துட்டுதா வர்றெ... கொளம் நெறஞ்சு தூக்கற லெவல்ல இருக்கு...”

“நீர்க்கோழிகூட வந்திருச்சாமா”

பழனாத்தாள் ஆசாரத்து ஊஞ்சலில் உட்காந்தாள். ஊஞ்சல் லேசாக ஆடியது. குளிர்நிறைந்த காற்று சன்னல் பலகையை அடித்தது. காற்றின் சப்தம் வீடெங்கும் எதிரொலித்தது. தோணி தண்ணி திடும்திடும் என விழுவது கேட்டபடியே இருந்தது.

வாசலில் வண்டி வந்து நிற்பது தெரிந்தது. பழனாத்தாள் வெளித்திண்ணைக்குப் போய் நின்று பார்த்தாள். அப்புச்சி ஊர், ராகவன் வண்டியை அவிழ்த்துவிட்டுக் கொண்டிருந்தான். அவன் இறங்கி உள்ளே வந்துகொண்டிருந்தான். அவன் வெள்ளை உடுப்பில் நீர்த்திவலைகள் பட்டிருந்தன.

பழனாத்தாள் உள்ளே வந்து அம்மாவைச் சப்தமிட்டாள். உள் அறைக்கதவின்பின் நின்றுகொண்டாள். பர்வதம் கவுண்டிச்சி உள்ளேயிருந்து எழுந்து வந்து வரவேற்றாள்.

"வாங்க... மாப்பிள்ளே !"

அவன் ஆசாரத்து ஊஞ்சலில் உட்கார்ந்தான். பர்வதம் கவுண்டிச்சி காபி கொண்டுவந்து கொடுத்துவிட்டு நடையோரம் நின்றாள். அவன் வெகுநேரம் பேசினான் பர்வதம் கவுண்டச்சியோடு. கடைசியாகச் சொன்னான்:

"அத்தே எனக்குப் பொண்ணு பாத்திருக்கு... ஐப்பசி கடெசியிலே கலியாணம். மாமாகிட்டேயும் சொல்லிருங்க"

பர்வதம் கவுண்டிச்சி எதுவும் பேசவில்லை.

"நாங்கூட பழனாத்தாள கட்டிக்கலாமுன்னுதான் இருந்தேன். அம்மாதான் சொன்னா... நாலு தலெக்கெட்டா ஏண்டா அங்கேயே போகணுமுன்னு, அதான்..."

அந்த வாரமெல்லாம் அழுதாள் பழனாத்தாள். அவன் கல்யாணத்துக்கூட நெட்டுக்கட்டு வீட்டிலிருந்து யாரும் போகவில்லை. மழை மெல்ல 'வெட்டாப்பு' விட்டது. சுற்றுவெளி முழுதும் 'ஓரம்பு' எடுத்திருந்தது. கிணற்றில் தண்ணி 'கடை' போனது.

சிலர் தோட்டத்தில் நெல் நட நாற்றுக்கூட விட்டனர். புஞ்சைக் காட்டில் நெல் நடுவதை வியப்பாகப் பேசினர். கரைவெளிப் பகுதியினர். செல்லீயக் கவுண்டர், தோட்டம் பூராவும் சடைமஞ்சி சோளம் விதைத்தார்.

சடைமஞ்சி சோளம் பொடையிலிருக்கும்போதுதான், உப்பாத்து கரைவெளியிலிருந்து வந்து பழனாத்தாளை பொண்ணு பார்த்து போனார்கள். மாப்பிள்ளை குள்ளமாக, கருப்பாக இருப்பதாக சொர்ணத்தாளும் சின்னத்தாளும் பழனாத்தாளிடம் வந்து கேலி பேசிச் சிரித்தார்கள்.

தையில் கலியாணம் முடிந்தது. களத்தில் சடைமஞ்சி சோளம் நட்டி தூற்றிக் கொண்டிருப்பதை மாப்பிள்ளை ஊர்க்காரரெல்லாம் ஆச்சரியமாகப் பார்த்துப் போயினர்.

மறுபோகம் சடைமஞ்சி சோளக்கட்டையில் ஊங்கம்பு விதைத்தார் செலீயக் கவுண்டர். கம்பு முளைத்திருக்கிறதா என அவர் கவனித்துக் கொண்டே பொலியில் நடந்து வந்துகொண்டிருந்த ஒரு காலையில்தான் பழனாத்தாள் ஊரிலிருந்து ஆள் வந்து சொன்னான்:

“மாப்புள்ளே எசமாங்க... மருந்தே குடிச்சிட்டாங்க சாமி...”

ஒரு வாரம் கழிந்துதான் செல்லீயக் கவுண்டரும் பர்வதம் கவுண்டச்சியும் நெட்டுக்கட்டு வீட்டுக்கு வண்டியிலிருந்து திரும்பிவந்து இறங்கினார்கள். கூடவே பழனாத்தாளும் வண்டியிலிருந்து இறங்கினாள். பழனாத்தாள் வெள்ளைச் சேலை கட்டியிருந்தாள். முகத்தில் மங்கு விழுந்திருந்தது. வீதியில் தண்ணிக்குப்போன பெண்கள் எல்லாரும் நின்று வேடிக்கை பார்த்தனர் பழனாத்தாளை. பழனாத்தாள் உள்ளே ஓடிபோய் சொர்ணத்தாளையும் சின்னத்தாளையும் கட்டிக்கொண்டு அழுதாள். அவர்கள் அழுகை முடிவில்லாமல் நீண்டுபோனது. இரவெல்லாம் அழுகைச் சப்தம் கேட்டுக்கொண்டே இருந்தது.

சொர்ணத்தாளும் சின்னத்தாளும் சடங்கானபோதும், பின் அவர்களை கட்டிக்கொடுத்தபோதும் வீட்டுகுள்ளேயே முடங்கிக் கிடந்தாள் பழனாத்தாள். அவர்கள் போனபின்பும் வீடு வெறிச்சென்று போயிற்று. பர்வதம் கவுண்டச்சியால் முன்னைப்போல் சரியாக நடக்க முடியவில்லை. காலில் நீர் இறங்கிக் கொண்டது. பூங்கொடி பண்டாரச்சி மருமகள் எடுத்திருந்தாள். மருமகளும் சேர்ந்து அப்பப்ப சமையலுக்கு வந்துபோய்க் கொண்டிருந்தாள்.

இரண்டு தலைமுறையாக சாட்டாமல் கிடந்த மாரியம்மன் பொங்கல் அந்த வருடம் சாட்டியிருந்தது. ஒவ்வொரு வீட்டிற்கும் ‘ஒறம்பரை’ சனங்கள் வந்தபடி இருந்தனர். ஊரெங்கும் ஆட்களின் முகங்கள் ரொம்பவும் சொடக்காகத் தெரிந்தன. சேந்துக் கிணற்றில் கப்பிகள் உருண்டுகொண்டேயிருந்தன. விநாயகன்கோவில் முன்பு சிறுவர்கள் சப்தமிட்டபடி ராத்திரி எல்லாம் விளையாண்டு கொண்டிருந்தார்கள். கோயில் பாதையிலிருந்து பெண்கள் அடி அளந்து கும்பிட்டுவிட்டு ஈரப்புடவையோடு வந்துகொண்டிருந்தனர். சிறுமியும் பெண்களும் வீடு வீடாக மடிப்பிச்சை எடுத்தபடியிருந்தனர்.

சொர்ணத்தாளும் சின்னத்தாளும் ஊரிலிருந்து நேரமே வந்துவிட்டனர், மாப்பிள்ளைகளோடும் குழந்தைகளோடும். குழந்தைகள் வீடு முழுவதும் ஓடிக்கொண்டேயிருந்தன. சின்னத்தாள் மாவிளக்குப் பிடிக்க மாவு இடித்துக் கொண்டிருந்தாள். கிணற்றடியில் சொர்ணத்தாள் பொங்கல் அரிசி கழிந்துகொண்டிருந்தாள். மாப்பிள்ளையோடு ஆசாரத்தில்

உட்கார்ந்து பேசிக் கொண்டிருந்தார் செல்லீயக் கவுண்டர். பண்டாரம் உள்ளே வந்து செல்லீயக் கவுண்டரிடம் கேட்டான்:

"மாரியாத்தாளுக்கு புது சாத்து துணி எடுத்துட்டுப் போக வந்தனுங்க"

செல்லீயக் கவுண்டர் உள்ளே எட்டிப் பார்த்து சப்தமிட்டார்.

"பர்வதம்.. அந்த சாத்து துணியெ எடுத்துட்டு வா..."

உள்ளே இருந்து எந்தச் சலனமுமில்லாமல் போனது. மீண்டும் சப்தமிட்டார். "என்ன நாஞ் சொல்றது... யர் காதுலெயும் விழலையா..?"

குளித்துக்கொண்டிருந்த பர்வதம் கவுண்டச்சி பின்கட்டு நடையோரம் நின்றுகொண்டிருந்த பழனாத்தாளை பார்த்துச் சொன்னாள்,

"பழனா, நீதான் எடுத்துக் குடுவேண்டி..."

பழனாத்தாள் உள் அறையில் பெட்டிமேல் வைத்திருந்த சாத்து துணியை எடுத்துக்கொண்டு வந்தாள். மஞ்சள் நிறத்தில் துணி ஜொலித்தது. பழனாத்தாளிடமிருந்து துணியை வாங்கும்போது பண்டாரம் திடுக்கிட்டான்.

செல்லீயக் கவுண்டர் 'வெடுக்'கென எழுந்தார். பழனாத்தாளின் கன்னத்தில் அறைந்தார். 'படீ'ரென்று சப்தம் எழுந்தது. மாப்பிள்ளைகளும் எழுந்தனர். செல்லீயக் கவுண்டர் வேகமாக பின்கட்டுக்குப் போய்க் கத்தினார்.

"அந்த முண்டைக்குத்தான் அறிவில்லீன்னா உங்களுக்கெல்லாம் எங்கடி போச்சு அறிவு..."

பழனாத்தாள் உள் அறைக்குள் ஓடிப்போய் கதவைச் சாத்திக்கொண்டாள். அவள் அழுவது வெளியே கேட்டது. மாவிளக்கு புறப்படும்போது சின்னத்தாள் வந்து கதவைத் தட்டினாள். கதவு தாழிடப்பட்டிருந்தது சப்தம் போட்டாள். செல்லீயக் கவுண்டரும் வந்து கதவைத் தட்டிக் கூப்பிட்டார். அவர் கூப்பாடு வீடெங்கும் எதிரொலித்தது. பின்பு மெல்லத் தோய்ந்தது.

ஊருக்குள்ளிருந்து ஆட்கள் வந்து வீட்டின்மேல் ஏறினர். ஓட்டைப் பிரித்தனர். உள்ளே பழனாத்தாள் தூக்குமாட்டியிருந்தாள். பழனாத்தாள் நாக்கு வெளியே தொங்கியது. மாவிளக்கு பாதியில் நின்றுபோனது. பழனாத்தாளின் சாஸ்திரம் முடிந்த ராத்திரி, செல்லீயக் கவுண்டர் அவள் தூக்கு மாட்டிய கயிற்றை தோட்டத்துக்கு எடுத்துப்போனார். கிணற்றுமேட்டில் குழிவெட்டிப் புதைத்து வைத்துவிட்டு வந்தார்.

சிலநாட்கள் கழித்துப் பார்த்தபோது, அந்தக் கயிறு காணாமல் போயிருந்தது. விசயம் பரவப் பரவ ஊரே பயந்து போனது. சிலர்

பழனாத்தாள் 'ஆவி ரூபத்தில் ஊருக்குள் திரிவதாக 'கதை' கட்டினார்கள். நெட்டுக்கட்டு வீட்டிலும் எல்லாரும் பயந்து போனார்கள்.

அதன்பின்பு ஊரில் மாரியம்மன் பொங்கல் சாட்டவேயில்லை. அப்படியே போயின பல ஆண்டுகள்.

சின்னத்தாளும் சொர்ணத்தாளும்கூட ஊருக்கு அடிக்கடி வருவது நின்றுபோனது. நெட்டுக்கட்டு விட்டில் செல்லீயக் கவுண்டரும் பர்வதம் கவுண்டச்சியும் மட்டும் மிஞ்சினர். பூங்கொடி பண்டாரச்சி இறந்துபோனாள். எப்பொழுதாவது விசேஷ நாட்களில் அவள் மருமகள் மட்டும் வீட்டுக்குப் போய்க்கொண்டிருந்தாள்.

ஒரு புரட்டாசி பிறப்பதற்கு முந்திய இரவு. பர்வதம் கவுண்டச்சி செல்லீயக் கவுண்டரிடம் இப்படிச் சொன்னாள்:

"இதுதா... நாம் புடிக்கற கடேசி பொரட்டாசியா இருக்கணும். இத்தோட அந்த திருப்பதி ஆண்டெவ... நம்மளை எடுத்துக்கணும்..."

ஊரில் புரட்டாசி பிடிப்பவர்கள் வீடெல்லாம் சுவருக்கு சுண்ணாம்பு பூசினர். உள்ளே வழித்துவிட்டனர். பர்வதம் கவுண்டச்சியால் நெட்டுக்கட்டு வீட்டை முழுதும் பூசவோ, வழித்துவிடவோ முடியவில்லை. ஒத்தாசைக்கு வரும் பழைய ஆட்கள்கூட யாரும் வரவில்லை. இருள் அண்டிப்போனது வீடு. சனிக்கிழமையில் விரதம் மட்டும் இருந்தார்கள். செல்லீயக் கவுண்டரும் பர்வதம் கவுண்டச்சியும்.

முதல் சனிக்கிழமையிலிருந்தே மழை பெய்யத் தொடங்கியது. கோம்பைச் சுவர்கள் வெடிப்புக் கண்டன. விரிசல்கண்ட ஓடுகளிலிருந்து மழைத்தண்ணி வழிந்தது. தோணி பொத்துப் போயிற்று, வெளித்திண்ணையும் மதிற்சுவரும் பாசம் அண்டிவிட்டன. இரண்டாம் சனிக்கிழமை விரதம் முடிந்த இரவு மீண்டும் மழை தொடங்கியது. அந்த வாரமெல்லாம் விடாமல் பெய்தது மழை. பொழுதைப் பார்ப்பது அபூர்வமாக இருந்தது. மூன்றாம் சனிக்கிழமை விரத இரவில் கனத்த மழை பிடித்தது. விடியற்காலையில் 'திடு'மென்ற சப்தம், பர்வதம் கவுண்டச்சியை எழுப்பியது. பின்கட்டு விழுந்திருந்தது. நடையும் பெயர்ந்துகிடந்தது. கதவு வேலைப்பாட்டுக்கு குழிகளில் நீர் தேங்கியிருந்தது. அதன்பின்பு பர்வதம் கவுண்டச்சியும் செல்லீயக் கவுண்டரும் பின்கட்டுக்குப் போகவேயில்லை. நான்காம் சனிக்கிழமை 'சங்கு நாதம்' கொண்டாடினர் ஊரெங்கும்.

செல்லீயக் கவுண்டரும் குளித்து மதியத்திலிருந்தே ஆசாரத்தில் உட்கார்ந்திருந்தனர். பர்வதம் கவுண்டச்சி 'படையல்' வைத்துக்கொண்டிருந்தார். தாசனும் பண்டாரமும் வரும்போது சாயங்காலம் ஆகிவிட்டிருந்தது. வந்ததும் பண்டாரம் பூஜையைத் தொடங்கினான். தாசன் சுவரில் 'நாமம்' வரைந்தான். சேவண்டி

அடித்து சங்கு ஊதினான். சங்கு சப்தம் உச்சஸ்தாயிக்குப் போனது. பண்டாரம், துளசி தீர்த்தத்தை செல்லீயக் கவுண்டருக்குக் கொடுத்தான். பர்வதம் கவுண்டச்சிக்கு ஊத்தினான். துளசி தீர்த்தம் குடிக்கக்குடிக்க புரை ஏறியது பர்வதம் கவுண்டச்சிக்கு. 'சடக்'கென்று சாய்ந்தார். செல்லீயக் கவுண்டர், கிட்டேபோய் பர்வதம் கவுண்டச்சியை தொட்டுப் பார்த்தார். அவர் கண்களிருந்து நீர் வடிந்தது. தாசனும் பண்டாரமும் படையலை எடுக்காமலேயே வெளியேறிப் போயினர்.

பர்வதம் கவுண்டச்சியை புதைக்க வெட்டிய குழியில் தண்ணி தேங்கியிருப்பதை செல்லீயக் கவுண்டர் பார்த்தார். செடிமேல் தண்ணிவிட்டு வீடு வரும்போதே சனங்கள் குறைந்திருந்தார். வீட்டில் அன்று மாலை 'பஞ்சாங்கம்' பார்த்தனர். ஆறு மாதம் வீடு அடைக்க வேண்டும் என்றார் ஜோதிடர். பர்வதம் கவுண்டச்சிக்கு பிடித்தமான சமையற்கட்டையே அடைத்தனர். சமையற்கட்டு நடையில் கட்டி யிருந்த இலந்தை முள் வெளியே பிதுங்கியிருந்தது. சம்பந்தட்டும் தென்னந்தடுக்கும் காய்ந்திருந்தன.

நெட்டுக்கட்டு வீட்டில் மனித முகங்கள் அற்றுப்போயின. பக்கிக குடிபுகுந்தன. செல்லீயக் கவுண்டர், பகலெல்லாம் வெளித்திண்ணையில் உட்கார்ந்து கிடப்பதை ஊர்சனங்கள் பார்த்துப் போயினர். பூங்கொடி பண்டாரச்சி மருமகள்தான் காலையிலும் ராத்திரியிலும் சாப்பாடு கொண்டுவந்து வைத்துவிட்டு போய்க்கொண்டிருந்தாள். வீடு நீக்கிய இரவில் கரைவெளி வயலையும் தோட்டத்தையும் வித்து பணத்தை பங்கிட்டுக் கொண்டனர், மகளும் மருமகன்களும். சாமம்வரை பெருத்த சப்தமாக கிடந்தது வீட்டில். மறுநாள் ராத்திரி பூங்கொடி பண்டாரச்சி மருமகள் சாப்பாடு கொண்டுவந்து வைத்துவிட்டு செல்லீயக் கவுண்டரிடம் சொன்னாள்:

"அவங்க... இப்ப எனக்கு செரியா காசு தர்றதில்ல... நீங்க நாளைக்கு காலையிலே என்னே எதிர்பாக்காதீங்க..."

இரண்டு நாட்கள் வீட்டுக்குள்ளேயே படுத்துக்கிடந்தார் செல்லீயக் கவுண்டர். பசி குடலெல்லாம் பிடுங்கித்தின்றது அவருக்கு. மெல்ல அணத்தினார். யாரோ கொண்டுவந்து சாப்பாடு போட்டுப் போனார்கள். அவருக்கு சரியாக சாப்பாடு போட்டவரின் முகம் அடையாளம் தெரியவில்லை. மறுதினத்திலிருந்து வெளித்திண்ணைக்கு வந்து வட்டிலைப் பிடித்து உட்கார்ந்துகொண்டார். தண்ணிக்குப் போகும் பெண்களில் யாராவது இரக்கப்பட்டு வட்டிலில் சாப்பாடு போட்டுப் போவார்கள். சில நாட்கள் வட்டிலில் சாப்பாடு விழாமலும் போகும்.

இரவுகளில் பெருக்கான்கள் வீடு முழுவதும் அலைந்தன. சுவரெங்கும் குழி தோண்டின. சுவர்களில் வங்குகள் நிறைந்து போயின. விட்டங்களில் பூச்சிக்கூடுகள் படர்ந்தன. தரையில் குப்பைகள் மிதந்தன. பல்லிகள்

அதிகமாகப் பெருத்திருந்தன. நாலாதிசைகளிருந்தும் 'சயனம்' சொல்லிக்கொண்டேயிருந்தன. விளக்கில் எண்ணெய் தீர்ந்து வெகுகாலம் ஆகிவிட்டிருந்தது. இருளும் நிசப்தமும் வீட்டை நிரந்தரமாகச் சூழ்ந்தன. ஒருநாள் பகலில் வெளித்திண்ணை விட்டமும் இறங்கிவிட்டது. தூண்கள் விலகிக்கொண்டன.

ஊரில் யாரோ செல்லீயக் கவுண்டரின் மகள்களுக்கு ஆள் அனுப்பினார்கள். அங்கிருந்து எந்தவிதப் பதிலும் வரவில்லை. ஒரு நாள், நிலா கிளம்பிய ராத்திரியில் ஊர் அடங்கியபின் செல்லீயக் கவுண்டர் வீட்டைவிட்டு வெளியே வந்தார். அவர் கையில் வட்டில் இருந்தது. அவர் திரும்பிப் பார்த்தார். நெட்டுக்கட்டு மறைந்து போயிற்று. தடியூன்றியபடி மேலும் நடந்தார். அவருக்கு ராமையா கம்மாலன் ஞாபகம் வந்தது.

●

இரவோடு போயினர்

கிழக்கே வெளுத்துக்கொண்டிருந்தது. முகில்கள் அடிவானில் இறங்கிக்கிடந்தன. செங்காட்டூரான், கரைவெளிப் பாதையிலிருந்து இறங்கி வந்துகொண்டிருந்தான் 'கூட்டாத்துமுனை' வந்ததும் ஒரு கணம் நின்று ஆற்றைப் பார்த்தான். அமராவதியும் உப்பாறும் கூடும் சங்கமத்துறை. விடிகாலையில் நீர்பிரவாகம் கலங்கப்லின்றி ஸ்படிகம்போல காணப்பட்டது. அற்றுவெளி எங்கும் அலாதியான நிசப்தம் கவிழ்ந்துபோயிருந்தது. செங்காட்டூரான் கரையோரப் பாறை ஒன்றின்மீது சிறிதுநேரம் உட்கார்ந்தான். அக்கரையை பார்த்தபடியே இருந்தான். அப்போதுதான் ஆள்காட்டிகள் நீர் அருந்தி விட்டுப் பறந்துபோயின. மனித முகமே தென்படவிலை. யோசனை முடிவின்றி நீண்டது. இறுதிமுடிவை எதிர்நோக்கி இருப்பவன்போல உணர்ந்தான். அதற்குமேல் அங்கு உட்கார்ந்திருக்க முடியவில்லை. எழுந்து ஆற்றைக் கடந்தான். மணல் மேவிய திட்டுகளில் குளிர் விரவிக்கிடந்தது. நாணல்புதர்களை காற்று ஊடுருவி அசைத்தது.

ஊர்ப்பாதை வேலிமுட்கள் மூடிக்கிடந்தன. வளைந்துபோன ஒற்றைக்கால் தடத்தில் எட்டிவைத்து நடந்தான். தெரிந்தவர்கள் எவரும் தட்டுப்படவே யில்லை. மேடேறியதும் ஊர் வந்தது. ஊர் அன்று கண்டதுபோலவே இருந்தது. எதிர்பாராத நேரத்தில் செங்காட்டூரானைப் பார்த்த ஊர்சனங்கள் திடுக்கிட்டுப் போனார்கள். வேலைக்காட்டிற்கு போகும் ஊர்ப்பெண்கள் அவனை திரும்பித் திரும்பிப் பார்த்தபடியே கடந்தார்கள். செங்காட்டூரான் விநாயகன் கோயில் கல்விளக்குத் தூணோரம் போய் உட்கார்ந்தான். தலைவாசல்

ஆலமரத்தடியில் காக்கைக் கூட்டம் வட்டமடித்து பெரும் ஓசை எழுப்பின. பொழுது கிளம்பி மேலேறி வந்துகொண்டிருந்தது.

செங்காட்டூரான் ஊருக்குள் தென்பட்டு இருபது வருஷங்களுக்கு மேல் இருக்கும் அவனின் சொந்தப்பெயர்கூட இதுவரை யாருக்கும் தெரியாது. அந்தக் காலத்தில் பெரிய வீட்டுக்காரரின் தோட்டத்தில் பனைமரம் ஏறிக்கொண்டிருந்தான். நொச்சிப்புதருக்கடியில் சாராயம் காய்சுவதாகக்கூட பேசிக்கொள்வார்கள்.

முரட்டு சுபாவம்கொண்ட செங்காட்டூரானுக்கு அந்த பக்கத்து ஊரில் யாரும் பெண் தர முன்வரவில்லை. வெகுகாலம் கல்யாணம் இல்லாமலேயே இருந்தான். பின்பு தெற்கே பாப்பம்பட்டி பக்கம்போய் ஒரு பெண்ணைக் கட்டிக்கொண்டு வந்தான். அந்தப் பெண் கருத்த நிறத்தில் ஒடிசலாக இருந்தாள். வசீகரம் ததும்பும் சிறுத்த முகம் பதினைந்து வயதுகூட மிகாது. செங்காட்டூரானுக்கு அப்போதே நாற்பது வயதுக்கு மேலாகியிருந்தது. ஒருநாள் இரவு வீதியில் பெரிய கூட்டமாக இருந்தது. செங்காட்டூரான் அந்தப் பெண்ணைப் போட்டு அடித்துக் கொண்டிருந்தான். மூர்க்கமான அவனின் அடியைத் தாங்க முடியாமல் அந்தப் பெண் கீழே விழுந்து கதறினாள். அவன் காலை கட்டிக்கொண்டு அழுதாள். அவன் இரக்கமே கொள்ளவில்லை. தொடர்ந்து அடித்தான். கூடி நின்ற ஊர்சனங்களும் வேடிக்கை பார்த்தார்களே தவிர, எவரும் விலக்கிவிடப் போகவில்லை.

இரவு வெகுநேரம் கழித்தே அவன் அந்தப் பெண்ணை அடிப்பதை நிறுத்தினான். அந்தப் பெண் மயங்கி விழுந்துகிடந்தாள். பெருமுச்சு இழுத்தபடி இருந்தது. கூடிநின்ற ஊர்சனங்கள் கலைந்து போகும்போது அந்தப் பெண் இறந்துபோய்விடுவாள் எனப் பேசிக் கொண்டார்கள்.

ஆனாலும் செங்காட்டூரான் அந்தப் பெண்ணை விடுவதாக இல்லை. மயங்கிக்கிடந்த அந்த பெண்ணின் தலைமுடியைப் பற்றி வீட்டுக்கு இழுத்துப்போனான். விடிந்தபோது மண் வீதியில் தாரையிட்டுக் கிடப்பதை ஊர்சனங்கள் பார்த்தார்கள். செங்காட்டூரான் எதற்காக அந்தப் பெண்ணைப் போட்டு அப்படி அடித்தான் என விசயம் தெரிந்தபோது ஊர்சனங்கள் திகைத்துப் போனார்கள். மற்றொருநாள் காலையிலேயே அந்த பெண்ணைப் போட்டு செங்காட்டூரான் அடித்துக்கொண்டிருந்தான். அன்று இளமதியம் வாக்கில் அந்தப் பெண் சேந்து கிணற்றடியில் உட்கார்ந்து அழுதுகொண்டிருந்தாள். முதுகு கன்றிப்போயிருந்தது. முகம் எல்லாம் வீங்கிக் கிடந்தது. ஊரில் யாரும் கேட்கவேயில்லை.

மறுதினத்திலிருந்து செங்காட்டூரான் அந்தப் பெண்ணை சதா தன்னோடு கூட்டிக்கொண்டே திரிந்தான். அந்தப் பெண் காலையில் வெளிக்குப் போகும்போதுகூட கூடவேபோனான். அந்தப் பெண்

கருவமுள் புதர்மறைவில் போய்வரும்வரை தடத்தில் உட்கார்ந்திருந்தான். இது, மற்ற பெண்களுக்கு பெரும் அவஸ்தையாக இருந்தது.

ஆனால், செங்காட்டூரான் மற்ற பெண்களை ஒரு பொருட்டாகக் கருதவேயில்லை. எப்பொழுதும்போலவே நடந்துகொண்டிருந்தான். மேலும் அவன் ஊருக்குள் யாருடனும் அதிகம் பேசுவதேயில்லை. எப்பொழுதாவது பெரியவீட்டுக்காரர் வீட்டு வாசற்படியில்போய் உட்கார்ந்து பெரிய வீட்டுக்காரரின் மனைவியிடம் மட்டுமே பேசிக்கொண்டிருப்பான். அதுகூட வெகு அபூர்வமாகவே நிகழும். அப்போது உள் ஆசாரத்தைப் பார்த்தபடியே இருக்கும் அவன் கண்கள். அந்த முன்இரவு நேரத்து சம்பாஷணையின்போது ஒருமுறை அவன் அந்தப் பெண்ணைப் பற்றி சொன்னான்.

“ஆத்தா.. அவ நடவடிக்கையே செரியில்ல.. அஞ்சாறுபேரு சுத்துறானுக... சொல்லற வரைக்கும் சொல்லிப் பாப்பேன் திருந்தலீனா... பாளைக்கத்திய தீட்டிர வேண்டியதுதா..”

ஆனால் அன்று பெரிய வீட்டுக்காரரின் மனைவி அதனைப் பெரிதாக எடுத்துக்கொள்ளவில்லை.

இரண்டு மாதங்கள் போயிருந்தன. மழைக்காலம் முடிவுறும் தறுவாயில் இருந்தது. கார்த்திகை கடைசியில் பொழுது தெற்கே போயிருந்தன. கீகாற்றின் விரைசல் குறைந்துவிட்டது. கருமுகில்கள் தாழப்போயின. முன்பனிக்காலம் ஊரை சீக்கிரம் ஆழ்த்திக் கொண்டிருந்தது. அன்று முதல்சாமம் கடந்துவிட்டது.

செங்காட்டூரான பெரியவீட்டுக்காரரின் வீட்டுக்குபோய் கதவைத் தட்டினான். கதவைத் திறக்காமல் உள்ளே இருந்தபடியே பெரியவீட்டுக்காரரின் மனைவி கேட்டார்:

“என்னடா இந்நேரத்துல?”

“அந்தக் கழுத திருந்தல ஆத்தா.. இன்னிக்கு பாளக்கத்திக்கு வேல குடுக்கப்போறே.. சொல்லிட்டுப் போலாமுன்னு வந்தே...”

“குடிச்சுட்டு வந்து ஒளறாதே... போ... போய் படுத்துத் தூங்கு விடிஞ்சா எல்லாம் செரியாயிரும்.”

பெரிய வீட்டுக்காரரின் மனைவி மேற்கொண்டு பேச்சை வளர்க்கவில்லை. செங்காட்டூரான் ஏதோ முனகியபடி போனதாகப்பட்டது. போய் படுத்துத் தூங்கிவிட்டார். விடிகாலையில் ஊர்சனங்கள் வந்து திரும்பவும் கதவைத் தட்டினார்கள். பெரிய வீட்டுக்காரர் கதவைத் திறந்து வெளியே வந்து பார்த்தார். ஊர்சனங்கள் நிறையப்பேர் நின்றிருந்தார்கள்.

“என்னாச்சு?”

“உங்க செங்காட்டூரான் செஞ்ச காரியத்த வந்து பாருங்க. ஊரே ரணகளப்பட்டு கெடக்கு. அஞ்சு பேத்த வெட்டிப் போட்டிருக்கே.. சும்மா பாளையச் சீவறமாதிரி சீவியிருக்கே... வெச்சு தாங்கினிங்கல்ல.. இனி அனுபவிக்க வேண்டியதுதா...?”

“வெனையுட்டா போயிரு... இனி நாமதா போலீஸ் கேஸ் அது இதுன்னு அலைய வேண்டியிருக்கும்...”

ஆளாளுக்கு மாறி மாறி கோபமாகப் பேசியபடியே வந்தார்கள். ஊர்சனங்களோடு பெரிய வீட்டுக்காரர் விரைசல் கொண்டு பதற்றமாகவே நடந்தார். வடக்கு வளவில் சடையமுப்பன் வெட்டுப்பட்டுக் கிடந்தான். பாளைக் கத்தியால் கொத்திய காயங்கள் சட்டை போடாத அவன் முதுகு கொள்ளவில்லை. வெறிகொண்டு கொத்தியிருப்பதுபோல் பட்டது. தரையில் ரத்தம் உறைந்திருந்தது. ஈக்கள் அரித்துக்கொண்டிருந்தன.

கூலிக்காரவளவில் மொண்டிநாகுவனின் தம்பி வெட்டுப்பட்டிருந்தான். ஆம்பாட்டில் ஒரே வெட்டு. உயிர்நிலையை காலால் மிதித்து நசுக்கிக் கொண்டிந்திருக்ககூடும். விறைகள் வெளிப்பிதுங்கிக்கொண்டிருந்தன. அவனின் ஆயாக்காரி பெருங்குரலெடுத்து அழுதுகொண்டிருந்தாள்.

விடிகாலையில் ஊரே இறுகிக்கிடந்தது, அடுத்து என்ன செய்வது எனத் தெரியாத பீதி யாவரின் கண்களிலும் படர்ந்து வியாபித்திருந்தன. பெரிய வீட்டுக்காரரும் பயந்து காணப்பட்டார்.

செங்காட்டூரான் அடுத்து வெட்டியிருந்த மற்ற மூவருக்கும் உயிர் இருந்தது. அதில் கந்தப் போயனின் மகன் மட்டுமே பிழைப்பதற்கான சாத்தியக்கூறுகள் குறைவு என பேசிக்கொண்டார்கள். மேலும் ஊர்சனங்களில் யாரோ சொன்னார்கள்:

“பொண்டாட்டி மேலே இருக்குற சந்தேகத்துல பெண்டாட்டியோட பேசினவையெல்லாம் வெட்டியிருக்கே இந்த கூறுகெட்ட நாயி... அவ ரொம்ப நல்ல பெண்ணு”

அப்போது பெரிய வீட்டுக்காரர் கேட்டார்: “இப்ப அவெனெங்க... தப்பிச்சு ஓடிட்டானா?”

“இல்ல மாமா ஊர்மடத்து திண்ணையில உருவாரம்மாதிரி உக்காந்திருக்கே”

“போலீஸுக்குச் சொன்னிங்களா..?”

“இல்ல. உங்கள ஒரு பேச்சு கேட்டுட்டுச் சொல்லலாமுன்னு உட்டுட்டோம்.”

பெரிய வீட்டுக்காரர் சட்டென தலைவாசலை நோக்கி நடந்தார். வானம் மோடம் போட்டிருந்தது. முகிலுக்குள் ஏறுபொழுது

மறைந்து கிடந்தது. ஊர்மடத்து திண்ணையில் செங்காட்டூரான் உட்கார்ந்திருந்தான். வடக்குப் பார்த்து எதையோ யோசித்தபடி இருந்தான். அவனது உடைகளெங்கும் ரத்தம் தெறித்திருந்தன. கையில் பாளைக் கத்தியைப் பிடித்தபடி இருந்தான். ஊர்க்காரர்கள் யாரும் அருகில்போக பயந்துவிட்டார்கள். தூரத்தில் நின்றபடியே ஆளாளுக்குப் பேசினார்கள். பெரிய வீட்டுக்காரர் மட்டும் கொஞ்சம் அருகில் போய் பேசினார்.

"பாளைக்கத்தியை போட்டுட்டு வாடா?"

செங்காட்டூரான் பதில் பேசவில்லை. பெரிய வீட்டுக்காரரையும் ஊர்க்கார்களையும் ஒருமுறை மாறிமாறிப் பார்த்தான். அதன்பின்பு பாளைக் கத்தியை திண்ணையில் வைத்தான். எழுந்து ஊர்க்காரர்களை நோக்கி நடந்து வந்தான். அவனிடம் ரத்தக்கவுச்சி அடித்தது.

பெரிய வீட்டுக்காரர் கூட்டத்தைப் பார்த்துச் சொன்னார்:

"போலீஸ் வர்றவரைக்கும் புடிச்சு தூண்ல கட்டி வையிங்கடா?"

ஊர்க்கார இளவட்டங்களில் சிலர் செங்காட்டூரானைப் போய் பிடித்துக்கொண்டனர். கயிறு கொண்டுவரப்பட்டதும் விநாயகம் கோவில் கல்விளக்குத் தூணோரம் அவனைச் சாய்த்து நிற்கவைத்து கட்டினார்கள். செங்காட்டூரான் எதுவும் பேசவேயில்லை. அசைவில்கூட எதிர்ப்புக் காட்டவில்லை. நிச்சலனமாக கூட்டத்தை வெறித்தபடி இருந்தான்.

அந்தப் பெண்ணுக்கு அப்போதுதான் யாரோ விசயத்தைச் சொல்லியிருக்கக்கூடும். அவன் காலடியில் வந்து விழுந்து அழுதாள். மண்ணையள்ளி முகத்தில் அறைந்துகொண்டாள்.

"பாவி மனுசா... என்னையும் சேத்து வெட்டியிருக்க வேண்டியதுதானே... இனி நான் என்ன செய்வே..."

அந்தப் பெண் தொடர்ந்து கதறியபடியே இருந்தாள். வானம் வெளிறியிருந்தது. பொழுதின் ஒளி ஊரெங்கும் படர்ந்தது. காலம் அதன்போக்கில் போனபடியிருந்தது. முதுகின்மேல் உச்சிவெயில் ஊடுருவி நகர்ந்தது. விநாயன்கோவில் கல்விளக்குத் தூணோரம் உட்காந்திருந்த செங்காட்டூரான் எழுந்தான். வீதியில் இறங்கி நடந்தான். தென்பட்டவர்கள் எவரும் அவனோடு பேசவேயில்லை. பெரிய வீட்டுக்காரர் வீட்டுக்குமுன்போய் நின்றான். காரை உதிர்ந்த வீடு மங்கிக்கிடந்தது. விழுந்துவிட்ட சுவரிலிருந்து பனியின் ஈரம் படர்ந்ததும், சுண்ணாம்பு வாசனை வெளிப்பட்டு மறைந்தன. வெளி ஆசாரத்து திண்ணைகளில் தோக்கு குருவிகளின் எச்சம் அப்பியிருந்தன. உள்ளே காராட்டு பூனை அலைந்து திரியும் சப்தம் கேட்டது. முகட்டுச் சட்டத்தில் மரப்பூச்சிகள் ரீங்கரிக்கத் தொடங்கியிருந்தன.

செங்காட்டூரான் வெகுநேரம் வீட்டைப் பார்த்தபடியே இருந்தான். ஆள் புழக்கம் இல்லாத வீடு. இருள் அண்டிவிட்டது. திரும்பவும் விநாயகன்கோவில் கல்விளக்குத் தூணோரம் வந்து உட்கார்ந்து கொண்டான். நிழலற்ற தரை சூடேறிக் கிடந்தது. அவ்வழியே போனவர்கள் அவனை விநோதமாகவே பார்த்தார்கள். ஊர், அவனை ஓர் அந்நியனாகவே பாவித்தது.

மதியத்துக்குமேல் அங்கு வந்த சாம்பசிவன் மட்டும் அடையாளம் தெரிந்து அருகில் வந்து பேசினான். பின்பு அவனை வீட்டுக்குக் கூட்டிப் போனான். காலம், செங்காட்டூரானை ஒடுக்கியிருந்தது. முன்பு இருந்த மூர்க்கம் எல்லாம் வடிந்துபோயிருந்தது. சாந்தமாகி பார்வையில் யாரையோ தேடுபவன்போல காணப்பட்டான்.

சாம்பசிவன், அவனின் மகள்களுக்கு செங்காட்டூரானைப் பற்றி எதுவும் சொல்லவில்லை. ஏதோ விருந்தாளி வந்துவிட்டதாக நினைத்து அவனின் இளையமகள் செங்காட்டூரானுக்குச் சாப்பாடு போட்டுவைத்தாள். சாப்பிடும்போது மட்டும் திக்கித்திக்கி சாம்பசிவனோடு சில கதைகள் பேசினான். வெயில் தாழ்ந்ததும் செங்காட்டூரான் கிளம்பினான். சாம்பசிவன் கேட்டான்:

“ஏங்.. கெளம்பிட்டே?”

“போ... போ... போகணும்”

“எங்க போகப்போறே?”

“எங்... எங்... எங்கேயாச்சும்”

சாம்பசிவன் இளையமகள் இதனைக் கேட்டதும் திடுக்கிட்டாள். செங்காட்டூரான் வீதியில் இறங்கி நடந்தான். சாம்பசிவன் செங்காட்டூரானைத் தடுக்கவில்லை. அன்று இரவு விநாயகன்கோவில் கல்விளக்குத் தூணோரம் செங்காட்டூரான் உட்கார்ந்திருப்பதைச் சாம்பசிவன் பார்த்துவிட்டு வந்தான். விடிந்தபோது அங்கு செங்காட்டூரானைக் காணவில்லை.

அந்த வருஷம்தான் சாம்பசிவனின் மூத்தமகள் பெரிய மணியக்காரரின் பையனோடு ஓடிப்போனது. மூத்தமகள் ஓடிப்போன ராத்திரி சாம்பசிவன், சாரைமண் எடுப்பதற்காக ஓடைக்கரைக்குப் போய்விட்டான். வீட்டுக்கு வந்தபோது விடிந்து கொண்டிருந்தது. இளையமகள் அழுதுகொண்டிருந்தாள். சாம்பசிவனுக்கும் அழுகை வந்தது. அப்போது வெயில்காலம் தொடங்கியிருந்தது. அன்றெல்லாம் சாம்பசிவன் சுவரின் நிழல் ஒடுங்கி வருவதைப் பார்த்தபடியே உட்கார்ந்திருந்தான். என்ன செய்வது எனத் தெரியவில்லை. மதியத்துக்கு மேல்கவுண்டர் வளவில் இருந்து ஆட்கள் வந்து கூப்பிட்டார்கள். சாம்பசிவன் பயந்தபடியே எழுந்து வந்தவனோடு போனான்.

கவுண்டர் வளவுக்குள் நுழையும்போதே ஒப்பாரி சப்தம் எதிர்கொண்டு கேட்டது. மணியக்காரர் வீடு இழவு வீடுபோல துக்கத்தில் காய்ந்துகிடந்தது. பெண்கள் எல்லாம் கூடி உள் ஆசாரத்தில் அழுதுகொண்டிருந்தார்கள். வெளிப்புறம் நடைசாவடி திண்ணை கொள்ளாமல் ஆட்களாக இருந்தார்கள்.

சாம்பசிவன், வாசலில் போய் கைகட்டி நின்றுகொண்டான். பெரிய மணியக்காரர் தலைகவிழ்ந்து உட்கார்ந்திருந்தார். கண்கள் கலங்கியிருந்தன. சாம்பசிவனால் நேராகப் பார்க்கமுடியவில்லை. சாம்பசிவனும் தலைகவிழ்ந்து கொண்டான். சின்ன மணியக்காரர் வாசலுக்கு இறங்கிவந்து பேசினார்:

"உனக்குத் தெரியாம இது நடந்திருக்காது. சொல்லு... அவுங்களை எங்க மறச்சு வெச்சிருக்கே?"

நிமிர்ந்து பார்த்த சாம்பசிவனுக்கு மேலும் பயமாக இருந்தது. மறுபடியும் தலைகவிழ்ந்து கொண்டான். அழுதுகொண்டிருந்த பெண்கள்கூட ஒப்பாரியை நிறுத்திவிட்டு நிசப்தமானார்கள். சின்னமணியக்காரருக்கு கோபம் வந்தது. குரலின் தொனி மாறியது.

"கேக்கறேன்ல?"

"எனக்குத் தெரியாது சாமீ"

சின்ன மணியக்காரர் சாம்பசிவனை முறைத்துப் பார்த்தார். சாம்பசிவன் திரும்பவும் சொன்னான்:

"சாமி சத்தியமா எனக்குத் தெரியாது சாமி"

"இவன இப்படிக் கேட்டா சொல்லமாட்டான், சேந்து கெணத்துக்கு இழுத்துட்டு போங்கப்பா?"

சின்ன மணியக்காரர் சொன்னதுதான் தாமதம். நடைசாவடித் திண்ணையில் உட்கார்ந்திருந்த சிலர் இறங்கிவந்தார்கள். சாம்பசிவனைப் பிடித்து வீதியில் இழுத்துப்போனார்கள். சாம்பசிவனுக்கு சப்தநாடியும் ஒடுங்கிப்போயிற்று. கண்ணீர் முட்டிக்கொண்டு வந்தது. பின்மதியத்தில் காற்று அடங்கியிருந்தது. சேந்து கிணற்றடியில் ஏற்கனவே சிலர் நின்றுகொண்டிருந்தார்கள். உடனே வடக்கயிறு கொண்டுவரப்பட்டது. சாம்பசிவன் கால்களைச் சுற்றி படிமுடிச்சு போட்டு இறுக்கிக் கட்டினார்கள். கடக்கயிற்றின் இன்னொரு முனையை தொலைவாரி உருளையில் சேர்த்ததும் சாம்பசிவனைத் தூக்கி கிணற்றில் வீசினார்கள். சாம்பசிவன் நிலைகுலைந்து தடுமாறிப்போனான். தலைகீழாகத் தொங்கியபடி சப்தம் எழுப்பினான். அணைதிருந்த கிணற்றுப் புறாக்கள் பறந்து மேலே போயின. கிணற்றில் தண்ணீர் அடி ஆழத்தில் கிடந்தது. நான்கைந்துபேர் சேர்ந்து வடக்கயிற்றை கெட்டியாகப்

பிடித்துக்கொண்டார்கள். தொலைச்சட்டத்தைப் பிடித்தபடி நின்று சின்னமணியக்காரர் திரும்பவும் கேட்டார்:

"உம்மையெ சொல்லு? உன்னவுட்டர்றோம்..."

"எனக்கு எதுவும் தெரியாது சாமி"

சாம்பசிவனின் குரல் கிணற்றுச்சுவரில் பட்டு எதிரொலித்து மேலே வந்தது. சின்னமணியக்காரர் ஆத்திரம் தலைக்கேற கத்தினார்.

"இவெ.. எப்படி கேட்டாலும் உம்மையெ சொல்லமாட்டே சேந்துங்கடா?"

வடக்கயிறு தளர்த்தப்பட்டது. தலைகீழாகத் தொங்கும் சாம்பசிவன் தண்ணீரை நோக்கிக் கீழேபோனான். ஒரு கோழிக்குஞ்சுபோல சப்தமிட்டபடி காலை உதறிக்கொண்டே போனான். சுவரை நோக்கி தலை போகும்போது கைகளைக் கொடுத்து உந்திக்கொண்டான். ஆனாலும் சாம்பசிவனால் சமநிலைப்படுத்த முடியவில்லை.

அவர்கள் தண்ணீர்க்குடத்தை சேந்துவதுபோல மேலும் கீழும் சேந்திக்கொண்டே இருந்தார்கள். சின்னமணியக்காரருக்கும் அங்கிருந்தவர்களுக்கும் அது ஒரு சிறுபிள்ளை விளையாட்டுபோல இருந்தது. வேதனை தாங்காத சாம்பசிவன் பெருங்குரல் எடுத்து அலறினான்.

கிணற்றைச் சுற்றி நின்ற ஊர்சனங்கள் வேடிக்கை பார்த்தார்களே தவிர, யாரும் சின்னமணியக்காரரை எதிர்த்துப் பேசவில்லை. சாம்பசிவனின் இளையமகள் மட்டும் தூரத்தில் நின்று பார்த்தபடி அழுதுகொண்டிருந்தாள். ஒருநிலையில் சாம்பசிவனின் அலறல்கூட படர்ந்து நீண்டன. கிணற்றுக்குள் இருள்கட்டி வந்தது. அடிஆழம் மங்கிவிட்டது. சின்னமணியக்காரரின் ஆட்கள் சாம்பசிவனை தொடர்ந்து சேந்திக்கொண்டே இருந்தார்கள். இருள் கவிழ்ந்து பெரிய மணியக்காரர் வந்து சப்தம் போட்டார். அதன்பின்பு சாம்பசிவனை கிணற்றிலிருந்து மேலே தூக்கிப்போட்டார்கள்.

சாம்பசிவன் மயங்கிப்போய்க் கிடந்தான். தரையில் கிடத்தியபோது மூச்சு மேலும் கீழும் இழுத்தபடியிருந்தது. சாம்பசிவனின் இளையமகள் ஓடிவந்து அவனின் நெஞ்சை நீவிவிட்டுக் கொண்டிருந்தாள். ஆட்கள் காலில் கட்டியிருந்த வடக்கயிற்றை அவிழ்த்து எடுத்துக்கொண்டு போனார்கள். கூட்டம் மெல்ல கலைந்து போயிற்று. சின்னமணியக்காரர் அவ்விடத்தைவிட்டு அகன்றதும் யாரோ ஒரு பெண் குடத்துத் தண்ணீரைக் கொண்டுவந்து சாம்பசிவனுக்கு ஊற்றினாள். சாம்பசிவன் கண்கள் திறக்காமலே கிடந்தான். மூர்ச்சை தெளிந்தபாடில்லை. உடம்பு நடுங்கிக்கொண்டிருந்தது.

நேரம் போனபடியிருந்தது. ஊர் அடங்கிற்று. சாமத்துக்கு பின்னிட்டே சாம்பசிவனுக்கு நினைவு திரும்பியது. முதலில் கண்கள் திறந்து வெறித்தன. சிறிதுநேரத்திற்குப் பின்பு பார்வை யாரையோ துழாவிற்று. வீட்டுக்கு கூட்டிப்போன பின்பும் ஏதேதோ உளறிக்கொண்டே இருந்தான். விடும் பெருமூச்சு வெப்பம்கூடி வெளிப்பட்டது. இளையமகள் துணைக்கு யாருமின்றி விழித்தபடி இரவெல்லாம் சாம்பசிவனையே பார்த்துக்கொண்டிருந்தாள்.

இரண்டு தினங்கள் கழிந்தது. சாம்பசிவன் எழுந்து நடமாடத் தொடங்கியிருந்தான். வடக்கயிறு கட்டிய இடத்தில் தடித்து கன்றிப்போ யிருந்தது. சிறுசெயலுக்கும் திராணியற்றவன்போலவே உணர்ந்தான். ஊருக்குள் போகவே இல்லை. சுத்திண்ணையில் குவிந்துகிடந்த அழுக்கு மோலிகளை வெறித்தபடி இருந்தான்.

மறுதினம் ஊர் அடங்கியிருந்தது. மேற்கே உச்சியில் மின்னிற்று. முகில்கள் தேங்கி உக்கிரம்கண்டிருந்தன. சாம்பசிவன் சுத்திண்ணையில் படுத்துக்கொண்டு வானத்தைப் பார்த்தபடி இருந்தான். நெடுநேரம் ஆகியும் உறக்கம்கொள்ளவேயில்லை. எப்போது உறங்கினான் எனத் தெரியாது. கோழிகூப்பிட யாரோ எழுப்புவதுபோல உணர்ந்தான். மூத்தமகள் கால்மாட்டில் உட்கார்ந்து அழுதுகொண்டிருந்தாள். சாம்பசிவம் பேசவேயில்லை. இளையமகள் உள்ளேயிருந்து எழுந்துவந்தபின்னும் அக்காவும் தங்கையும் கட்டிக்கொண்டு அழுதார்கள். சாம்பசிவன் பார்த்தபடியே இருந்தான். மறுபடியும் உறங்கிப்போனான். கருக்கல் நேரத்தில் விழிப்பு தட்டியது. குருவிகளின் சப்தம் கேட்டது. எழுந்து வீட்டுக்குள் போய்ப் பார்த்தான்.

நிலவடியில் தலைசாய்த்து இளையமகள் மட்டும் உறங்கியபடி இருந்தாள். மூத்தமகளைத் தேடினான். கண்ணுக்குத் தட்டுப்படவே யில்லை. பின்கட்டுப் பக்கம்போய் தேடிப் பார்த்தான். அங்கும் மூத்தமகளைக் காணவில்லை. அதற்குள் மெல்ல வெளிச்சம் வரத்தொடங்கியது. பொடக் காலியோரம் அம்மியில் வைத்து ஏதோ அரைத்திருப்பது தெரிந்தது. குனிந்து பார்த்தான். அரளி விதையின் ஈரம் உலராமல் இருந்தது. சாம்பசிவனுக்கு புரிந்துபோயிற்று. சப்தமில்லாமல் நிலவடியில் உறங்கிக்கொண்டிருந்த இளையமகளை போய் எழுப்பினான். அவள் எழுந்து சாம்பசிவனோடு பின்கட்டுக்கு வந்தாள். அம்மியைப் பார்த்ததும் அழுதபடி வெளியே ஓடினாள். அதற்குள் வீட்டைத்தேடி ஆட்கள் வந்தார்கள். விநாயகன்கோவில் கல்விளக்குத் தூணோரம் மூத்தமகள் விழுந்துகிடப்பதாக சொன்னார்கள். சாம்பசிவன் சுரத்தேயில்லாமல் போய் பார்த்தான். மூத்தமகள் வாயில் நுரைதள்ளிக் கிடந்தாள். இறந்துபோய்விட்டது ஊர்ஜிதமாயிற்று.

மூத்தமகளை அடக்கம் செய்த நாளிலிருந்து சாம்பசிவன் அழுக்கு எடுக்க ஊருக்குள் போகவேயில்லை. வீட்டிலிருந்த ஊருக்குள் போகும்

ஒற்றைக்கல் தடம் காலடிச்சுவடுகள் அற்றுப்போனது. நாளாக நாளாக நடைதடம் முற்றிலும் மங்கிவிட்டது. ஒரு மாத காலத்திற்குப் பின்பு கவுண்டர் வளவிலிருந்து ஆள் அனுப்பினார்கள். வேறுவழியில்லாமல் இளையமகள் போய் அழுக்கு எடுத்துவந்தாள்.

அந்த ராத்திரி சாம்பசிவன் காறித் துப்பிவிட்டு வெள்ளாவி மூட்டினான். ஜூவலை வெளிச்சத்தில் சாம்பசிவனின் முகம் கோபம் கொண்டிருப்பதை இளையமகள் பார்த்தாள். வேறு எதுவும் பேசவில்லை. சலவை முடிந்து ஊருக்குள் வெள்ளை கொண்டு போகும்போது சாம்பசிவனை சின்னமணியக்காரர் கூப்பிட்டுப் பேசினார். சாம்பசிவன் வீட்டுக்கு வந்ததும் இளையமகளை கூப்பிட்டுச் சொன்னான்:

"சின்ன மணியக்காரரு பொண்ணு பெரியமனுசியாயிட்டுதாம். மனைவெச்சு தண்ணி வாக்கறதா சொன்னாரு."

இளையமகள் பதில் பேசாமல் கடந்துபோய்விட்டாள்.சாம்பசிவனுக்கு சின்னமணியக்காரரோடு பேசியிருக்கக்கூடாதோ என்று தோன்றியது. மகளை நேராகப் பார்க்க திராணியற்றுப் போனவனாக இருந்தான்.

அடுத்துவந்த வளர்பிறை நாளிலேயே சின்னமணியக்காரர் வீட்டில் தெறட்டி சீர் நடந்தது. நடைசாவடி கொள்ளாமல் ஒறம்பரைச் சனங்கள் உட்கார்ந்திருந்தனர். மடத்துக்குளத்திலிருந்து சின்னமணியக்காரரின் மச்சினன் பழைய மனஸ்தாபத்தை மறந்து வந்திருந்தார். குச்சு கட்டும் சீரை அவர்தான் முன்னின்று கவனித்துக்கொண்டிருந்தார். திடீரென ஏதோ யோசித்தவராக சாம்பசிவனைக் கூப்பிட்டார். பந்தம் பிடித்துக்கொண்டிருந்த சாம்பசிவன் வெளிநடையோரம் கொண்டுபோய் அதனை வைத்துவிட்டு அவரிடம் போனான். சாணி மொழுகிய காரை வாசலில் பச்சை தடுக்கு பின்னிக்கொண்டிருந்த ஆட்களை காட்டிச் சொன்னார்:

"தடுக்கு பின்றவங்களுக்கு வேட்டி அழுக்காகுதுல்ல. மாத்து இருந்தா கொண்டுவந்து போடு."

சாம்பசிவன் எல்லா மாத்தையும் விரித்துவிட்டிருந்தான். மாப்பிள்ளை வீட்டினர் கேட்டு கொடுக்கவில்லை எனில், வீணான பிரச்சனை வரப்போகிறது எனப்பட்டது. நடைசாவடிக்குச் சென்றான். ஓரமாக விரித்திருந்த ஒரு மாத்தை சுருட்டலாம் என நினைத்தான். ஆனால் அதில் சின்னமணியக்காரரின் கையாள் ஒருவன் உட்கார்ந்திருந்தான். சாம்பசிவன் தயங்கியபடியே மெல்லக் கேட்டான்:

"மாப்பிள்ளை எசமாங்க... மாத்து கேக்கறாங்க. கொஞ்ச எந்திரீங்க சாமீ..."

அவன் எழாமலேயே சப்தமாகப் பேசினான்.

“என்னடா சேந்து கெணத்துல கட்டிச் சேந்தியும் புத்தி வரலையா”

சாம்பசிவன் அதே இடத்தில் நின்றான். அவனே மேலும் பேசினான்:

‘வெளுக்கற வண்ணாந்தானே நீ... மாத்தில்லாம என்ன புடுங்கறதுக்கா வரே...”

அவன் போட்ட சப்தத்தைக் கேட்டு அங்கு சின்னமணியக்காரரும் உறவினர்கள் சிலரும் வந்தனர். தடுக்கு பின்னும் காலைவாசலிலிருந்து வந்த மச்சினன் கேட்டார்:

“என்ன சத்தம் இங்கே..”

“இல்ல மாமா... ஏகாலிக்கு எகத்தாள... சமுந்தி ஆயிட்டோமுன்னு நெனைப்பு...”

சின்னமணியக்காரருக்கு சம்பந்தி என்கிற வார்த்தையைக் கேட்டதும் சட்டென கோபம் பொங்கியது. சாம்பசிவனின் சட்டையைப் பிடித்துச் சொன்னார்:

“விசேஷ நாளும் அதுவுமா ரொம்ப ரொல்லு காமிச்சே... வெளுக்குற வண்ணான்னு பாக்காம வளச்சு முடுக்கீறுவனாமா... ஜாக்கரதையா நடந்துக்க...”

அதற்குள் நடைசாவடி திண்ணையிலிருந்து சிலர் கீழே குதித்து இறங்கிவந்தனர். அவன் மாத்தை சுருட்டி சாம்பசிவனின் முகத்தில் எறிந்தான். ஒறம்பரைச் சனங்கள் எல்லாம் வேடிக்கை பார்த்தபடி இருந்தனர். சாம்பசிவனுக்கு பெரும் அவமானமாக இருந்தது. மௌனமாக சற்றுநேரம் அங்கேயே நின்றான். பின்பு மெல்ல நகர்ந்து வீதிக்கு வந்தான். வெளிநடையோரம் வைத்திருந்த தீ பந்தத்தையும் எண்ணெய் போசியையும் எடுத்துக்கொண்டான். புகை கருகிய வாசனையை ஊதி அணைத்தான். வீட்டைப் பார்த்து நடக்கத் துவங்கினான்.

பகலின் தனிமை ஊரெங்கும் விரவிக் கிடந்தது. ஒற்றைக் காகம் மெல்லிசாக கரைந்தபடி பறந்துபோனது. சுவற்று நிழல்கள் ஒடுங்கிக் கொண்டிருந்தன. வீட்டுக்குப் போனதும் பந்தத்தையும் எண்ணெய் போசியையும் சுத்திண்ணையில் வீசி எறிந்தான். இளைமகள் வாசலுக்கு வந்து கேட்டாள்:

“என்னப்பா ஆச்சு?”

“ஒரு மயிரும் ஆகலே... சாமனெல்லாம் எடுத்து வை கௌம்பப்போற”

“எங்கே”

“எங்கேயாச்சும்?”

இளையமகளுக்கு அன்று செங்காட்டூரான் சொன்னதுபோலவே இருந்தது. திடுக்கிட்டுப் போனாள். சாம்பசிவனையே புரியாமல் பார்த்தாள். சாம்பசிவன் நடைமேல் போய் உட்கார்ந்து வீட்டுக்குள் வெறித்தான். முன்கட்டு மூலையில் சின்னமணியக்காரர் பெண் சடங்கான நாள் உடுத்தியிருந்த உடைகள் இன்னும் வெளுக்காமலே கிடந்தது. வெளியில் அப்போதுதான் அந்தி ஒளி மங்கிக்கொண்டு வந்தது. இரவு வர வெகுநேரம் இருந்தது.

●

ஆறுமுகக் காவடி

நிலா மேற்கே இறங்கியிருந்தது. தார்ச்சாலையில் புளியமரத்து நிழல்கள் திட்டுத்திட்டாகப் படிந்துகிடந்தன. பனிக்காலத்து சாமத்தில் காற்று குளிரோடு வீசியது. காவடிக்காரர்கள் நடந்து போய்க்கொண்டிருந்தார்கள். காவடிக்காரர்களுக்குப் பின்னால் காவடிச் சாமான்கள் ஏற்றிய மாட்டு வண்டிகள் அசைந்தபடி வரிசையாக வந்துகொண்டிருந்தன. அதன் எருதுகளின் கொம்புச் சலங்கை ஒலி தனித்துக் கேட்டது.

திடீரென அருகில் பார ரயில் ஒன்று தடதடத்துப் போகும் ஓசை எழுந்தது. ஆறுமுகக் காவடி எடுத்துவந்த பெரிய பூசாரி சட்டென நின்றார். கொடுமுடி நெருங்கிவிட்டதை உணர்ந்து கொண்டார். காவடியைத் தோள் மாற்றிக்கொண்டே சப்தமாக பெரிய தோட்டியாரை கூப்பிட்டார். பெரிய தோட்டியார் முன்பகுதியிலிருந்து பெரிய பூசாரியிடம் ஓடி வந்தார்.

“ஏம்பா... ஊர் நெருங்கிட்டு வருது, பலகைக்காரர்களும் அடிக்கக் காணோம், நீங்களும் கொம்பூதக் காணோம். அப்ப எதுக்கு உங்களயெல்லாம் காவடிக்கு கூட்டிட்டு வர்றது. போய் மளார்னு வலையப் பாரு...”

உடனே பெரிய தோட்டியார் காவடிக்காரர்களை விலக்கி முன்பகுதிக்கு ஓடி சப்தமிட்டார். கொம்புகளை தோளில் தொங்கவிட்டபடி தூக்கச் சடைவில் நடந்துகொண்டிருந்த தோட்டிமார்கள் உடனே கொம்புகளை எடுத்து ஊதத் தொடங்கினார்கள். கொம்புகளின் சப்தம் கேட்டு பலகைக்காரர்களும் கொட்டு முழக்கு அடித்தார்கள்.

அவர்களுக்கு முன்பு பத்தடி தூரத்தில் சாமி காளைகள் போய்க் கொண்டிருந்தன. சாமி காளைகளின் முதுகில் திமிலோடு சேர்த்துக் கட்டியிருந்த சேகண்டியை காளை ஓட்டிகள் அடிக்கவும் திடுமண் சப்தமும் எழும்பியது. காவடிக்காரர்கள் நடையில் வேகம் கூடியது. தெருநாய்கள் ஓடிவந்து வழிமறித்தபடி குரைத்தன. வீடுகள் தென்படத் தொடங்கின. காவடிக்காரர்கள் படுத்து உறங்கிக்கொண்டு இருந்தார்கள்.

மகுடேஷ்வரன் கிழக்குக் கோபுரவாயில் முன்பு அந்நேரத்திலும் கரகாட்டம் ஆடிக் கொண்டிருந்தது. கொட்டு முழக்கு அடிக்கும் பலகைக்காரர்கள் அங்கு நின்று வளையமிட்டு அடித்தார்கள். மூன்று கோமாளிகளும் நடுப்பகுதிக்கு வந்து ஆடினார்கள். கரகாட்ட கோஷ்டி யிலிருந்து குறவன் மட்டும் வந்து சிறிதுநேரம், கூட ஆடிவிட்டுப் போனான்.

திரும்பவும் காவடிக்காரர்கள் நகர்ந்தார்கள். தெருவிளக்கின் மங்கிய வெளிச்சத்தில் ஆற்றுக்குப் போகும் தடம் சந்துசந்தாக போயிற்று. படுதாக்கள் இறக்கிய கடைமுன்பு பெஞ்சியில் ஆட்கள் முகம் தெரியாமல் மூடிப் படுத்திருந்தார்கள். காவடிக்காரர்கள் படித்துறைப் பக்கம் போய் நின்றார்கள். நேர்கீழே காவிரி ஆறு ஓடும் முறைச்சல் கேட்டது. ஆற்றுக்கப்பால் அக்கரைத் தென்னந்தோப்பும் தொடுவானமும் மங்காலாய்ப் புலப்பட்டன. வருடா வருடம் காவடி ஒட்டும் அரசமரத்தடியில் மய்யார் பூஜை கொடுப்பவர்களும் சில ஊர்க்கார ஆட்களும் ஏற்கனவே இடம்பிடித்து உட்கார்ந்திருந்தார்கள். பண்டாரம் தண்ணீர் தெளித்து கூட்டியபின் பெரிய பூசாரி காவடியை அங்கு ஒட்டச் செய்தார்.

அக்கரையில் வைகறையின் ஒளிபடரத் தொடங்கியது. அரசமரத்தின் முதிர்ந்த கிளையில் காற்று ஊடுருவிச் சலசலத்தது. பெரிய பூசாரி எழுந்துபோய் பக்கப் பூசாரியை எழுப்பினார். இருவரும் படித்துறையில் இறங்கி நடந்தார்கள். அந்நேரத்திலும் சிலர் ஆற்றில் குளித்துக் கொண்டிருந்தார்கள். பெரிய பூசாரி குளிப்பதற்குத் தனிமையான ஓரிடத்தைத் தேடி நடந்தார். அப்போதுதான் அந்தக் காட்சி அவர் கண்ணில் தென்பட்டது. ஒருவன், சப்பணமிட்டு ஆற்றைப் பார்த்து அமர்ந்து முனகலாய் மந்திரம் ஓதிக்கொண்டிருந்தான். கருக்கல் வெளிச்சத்தில் உருவம் தெளிவாகத் தெரியவில்லை. பெரிய பூசாரி மேலும் ஓர் எட்டு வைத்துவிட்டு மறுபடியும் நின்று கூர்ந்து பார்த்தார். அவருக்கு உடம்பு சிட்டெடுத்தது.

அந்த ஆள் பெரிய பூசாரி பார்ப்பதைக் கண்டதும் எழுந்து ஆற்றில் இறங்கினான். திரும்பித் திரும்பி பார்த்துக்கொண்டே அக்கரையை நோக்கிப் போனான். பெரிய பூசாரி குளிக்கும்போது பக்கப் பூசாரியிடம் சொன்னார்:

“அவன் ஏதோ ஒரு பெரிய மந்தரவாதி... காலங்காத்தால துஷ்ட தேவதைகளை ஏவற மந்திரத்தையில்ல படிக்கறான்...”

பக்கப் பூசாரி பதிலேதும் சொல்லாமல் பெரிய பூசாரியையே பார்த்தார். பெரிய பூசாரியின் முகத்தில் அச்சம் தெரிந்தது. விடியற்பொழுதில் குருவிகள் விழித்திருந்தன. படித்துறையில் காவடிக்காரர்கள் குளித்துத் தயாராக இருந்தார்கள். தோட்டிமார்கள் கொம்பூதிக்கொண்டிருந்தார்கள். பெரிய பூசாரி பூஜையை முடித்ததும் ஆறுமுகக் காவடியை எடுத்தார். காவடிக்காரர்களும் வரிசையாக காவடியை எடுத்தார்கள்.

“அரகரா... அரகரா... அரோகரா...”

காவடிக்காரர்கள் ஆற்றில் இறங்கினார்கள். தண்ணீர் முழங்கால் அளவுக்கும் குறைவாகவே ஓடியது. மணலற்ற தரையில் கூழாங்கற்கள் கால்களை அழுத்தின. குடைபிடிப்பவர்களையும் சாமிகளையும் முன்னால் போகும்படி பெரியபூசாரி கட்டளையிட்டார். சிறுவர்கள் கரைமேல் நின்று கோமாளிகளை ஆச்சரியத்தோடு வேடிக்கை பார்த்துக் கொண்டிருந்தார்கள். வேறு ஊர் காவடிக்கூட்டம் ஒன்று தீர்த்தம் முத்தரித்து எதிரில் வந்துகொண்டிருந்தது.

“அரகரா.... அரகரா.... அரோகரா...”

காவடிக்காரர்கள் மணற்பரப்பில் ஏறி நடக்க ஆம்பித்தார்கள். நாணல் பூத்த மணற்பரப்பு விரிந்துகிடந்தது. ஈரமணலில் நிறைய காலடித் தடங்கள் இருந்தன. ஏற்கெனவே காவடிக்காரர்கள் கூட்டம் கூட்டமாக கூடி தீர்த்தம் முத்திரத்துக் கொண்டிருந்தார்கள். கொஞ்சம் சுத்தமாக இருந்த ஓரிடத்தில் பெரிய பூசாரி காவடிகளை ஓட்டச் செய்தார். காவடிக்காரர்கள் ஆடைகளை துவைத்து குளிக்க திரும்பவும் ஆற்றுக்கே போனார்கள். கலச சொம்பை மூடிக்கட்டும் வாழை இலைகளைக் காயப்போடும் வேலையில் கோமாளிகள் மும்முரமாக இறங்கினார்கள்.

பெரிய பூசாரி, பக்கப் பூசாரியை அழைத்துக்கொண்டு தீர்த்தம் முத்தரித்துத் தரும் புரோகிதரை தேடிக் கிளம்பினார். அப்போதுதான் நீரை ஒட்டிய ஒரு மணற்திட்டில் இருளில் பார்த்த அந்த மாந்திரீகன் அமர்ந்திருந்தான். அவன்முன்பு நான்கைந்து பெண்கள் தலைவிரிக் கோலமாக ஆடிக்கொண்டிருந்தார்கள்.

பெரிய பூசாரி ஒரு கணம் நின்று அந்த மாந்திரீகன் இருக்கும் திசையையே பார்த்தார். மாந்திரீகன் மந்திரங்களை உச்சஸ்தாயியில் சொல்லி அந்தப் பெண்களிடம் பிடித்திருக்கும் பேயை விரட்டிக் கொண்டிருந்தான். பக்கபூசாரி கூப்பிட்டார்.

“அண்ணே... அவங்கெடந்துட்டுப் போறான்... நாம் அய்யரப் பார்ப்போம்...”

“நல்ல பொம்பளைகளைக்கூட இவன் பேய் புடிக்கறமாதிரி ஏவி விடறான்... அப்புறம் விரட்டறமாதிரி விரட்டிக் காசு புடுங்குறான்...”

“வம்பா... பாவம் அந்தப் பொம்பளைங்க... பொடணியில சுளுக்குப் புடிச்சுக்கும்... ஊர் போய் வேலையப் பாக்க வேணாமா... சாமி கும்பிட வந்த எடத்துல எதுக்கு இந்த அசிங்கம்...”

பெரிய பூசாரி மறுபடியும் சற்றுநேரம் மௌனமாக நின்று அந்த மாந்திரீகனைப் பார்த்துவிட்டு நகர்ந்தார். பொழுது கிளம்பி மேலேறி வந்துகொண்டிருந்தது. சூரிய ஒளிபட்டு ஓடும்நீர் ஸ்படிகம்போல துலங்கிற்று. ஆனாலும் பெரிய பூசாரி எதைப் பற்றியோ தீவிரமாக யோசிப்பதை பக்கப் பூசாரி கண்டுகொண்டார்.

இருவரும் நாற்புறமும் பார்த்துக்கொண்டே நீரில் நடந்தார்கள். நீர்க்காகங்கள் தலைக்கு மேலே வட்டமடித்துக் கொண்டிருந்தன. அந்தச் சமயத்தில் படித்துறையிலிருந்து அக்கரையை நோக்கி ஒரு புரோகிதர் நடு ஆற்றில் வந்துகொண்டிருப்பது தெரிந்தது. அந்த புரோகிதர் நெருங்கி வந்ததும் குறுக்காட்டிக் கேட்டார்கள். அந்த புரோகிதர் வரச் சம்மதித்தார்.

மூவரும் மணற்பரப்பை நோக்கி நீருக்குள் மெதுவாக நடந்தார்கள். மாந்திரீகன் பேயோட்டும் மணற்திட்டு அருகில் வந்ததும் பெரிய பூசாரி மறுபடியும் நின்றார். வேட்டி நுனியில் முடிந்திருந்த திருநீரை எடுத்து உள்ளங்கையில் வைத்தார். கிழக்கு முகமாகத் திரும்பி சூரியனைப் பார்த்து வாய்க்குள் ஏதோ முனகினர். பக்கப் பூசாரி திடுக்கிட்டு பார்த்துக்கொண்டிருந்தார்.

“பூசாரி... அவங்ககூட வெளையாடாதீங்க. அவன் வெனை புடிச்சவன்...”

புரோகிதர் எச்சரித்தார். பெரிய பூசாரி கேட்கவில்லை. உள்ளங்கை திருநீரை ஏதேதோ பாட்டுப்பாடி மந்திரித்தார். பேய்பிடித்த பெண்கள் ஆடும் திக்கை நோக்கி மூன்றுமுறை ஊதினார்.

“இனி, அவம் மந்திரம் பலிக்காது... ஊரைப் பார்த்து ஓடிவருவான்..”

பக்கப் பூசாரியும் புரோகிதரும் எதுவும் பேசவில்லை. பயம் கலந்த பார்வை பார்த்தனர்.

தீர்த்தம் முத்தரித்து கலச சொம்பை காவடியில் கட்டி முடிக்கும்போது இளமதியம் கடந்துவிட்டது. புரோகிதர் தட்சணை வாங்கிக்கொண்டு கிளம்பிப் போனார். அதன்பின்பு பெரிய பூசாரியின் ஆறுமுகக் காவடி ஆட்டம் தொடங்கியது. பெரிய பூசாரி மூன்று இடங்களில் மட்டும்தான் காவடி ஆட்டம் ஆடுவார். இதைவிட்டால் ஊரிலும், கிரி சுற்றும்போது பழனிமலை அடிவாரத்திலும்தான்.

சனக்கூட்டம் பெரிய பூசாரியின் காவடி ஆட்டத்தை காணவும் அருள்வாக்கு கேட்கவும் காத்துக் கிடந்தது. காவடிக்காரர்கள் வளையமிட்டு நின்றார்கள். பெரிய பூசாரி துண்டை சும்மாடு கூட்டி தலைமேல் வைத்து, அதன்மீது ஆறுமுகக் காவடியைத் தூக்கி வைத்தார். கொட்டுமுழக்கு கிளம்பியது. கொம்பின் ஒலி காற்றில் வெட்டிப்படர்ந்தது. பெரிய பூசாரி தப்படி வைத்து ஒரு வளையம் வந்தார்.

“சஞ்சணக்கு... சஞ்சணக்கு... சஞ்சணக்கு...”

பலகைக்காரர்கள் நெருங்கி வந்து அடித்தார்கள். பெரிய பூசாரியின் ஆட்டம் வேகமெடுத்தது. அசுரத்தனமாக ஆடினார். ஏறுவெயில் மணற்பரப்பை சூடாக்கிக் கொண்டிருந்தது. அரைமணி நேரம் கடந்திருக்கும். பெரிய பூசாரி நின்று கூட்டத்தை வெறித்தபடி பார்த்தார்.

பக்கப் பூசாரி சாமியாரும் ‘குறிஞ்சி’யை கொண்டு வந்து முன்னால் கேட்டார். பெரிய பூசாரி விறைப்புடன் நடந்து குறிஞ்சிமீது உட்கார்ந்தார். பக்கப் பூசாரி அருகில் திருநீர் தட்டைப் இடித்து நின்று கொண்டார்.

“ஏய்...” நாக்கை மடித்து பெரிய பூசாரி குரலை இழுத்தார்.

“சாமி... மலையேர்றதுக்கு முன்னால கணக்கு ஆருக்குன்னு சொல்லு சாமீ...”

கோமாளிகள் வந்து கட்டியங் கூறினார்கள். அந்தக் கணம் பெரிய பூசாரிக்கு உடம்பின் மேற்பகுதி மட்டும் அசைவுற்று குலுங்கிற்று. கண்கள் வெறித்தன. முறுக்கேறிய உடம்பு லேசாகத் தளர்ந்தது. சட்டென எழுந்தார். கால்கள் தள்ளாடின. நெஞ்சின் எலும்புகள் முச்சுவிடும்போது ஏறி இறங்கின. முகத்தில் இனம்புரியாத ஒரு வேதனை தெரிந்தது.

கூட்டம் திகைத்து நின்றது. தோட்டிமார்கள் கொம்பூதுவதை நிறுத்திக்கொண்டனர். கொட்டு முழக்கு சப்தமும் அடங்கியது. திடீரென அவ்விடமே நிசப்தமாயிற்று.

யாரும் எதிர்பாராத கணக்கில் பெரிய பூசாரி உரக்க ஓலமிட்டுக் கத்தினார். அவர் தலை திக்கில்லாமல் சுழன்றது. தலைமீது இருந்த ஆறுமுகக் காவடி நழுவி கழுத்தின்மீது வளையம்போல விழுந்தது.

பெரிய பூசாரிக்குத் திரும்பவும் உடம்பு முறுக்கேறியது. ஆட முயன்றார். தப்படிகள் தடுமாறின. கண்கள் இருண்டு வந்தது. ஏதோ பேசத் துடித்தார். முடியவில்லை. பல்லை நறநறவென கடித்துக்கொண்டார். நாக்கு துருத்தியது. வாயிலிருந்து ரத்தம் கசிந்தது. அரைஞாணில் கட்டியிருந்த தாயத்து தறித்து மணலில்

விழுந்தது. தலை தொங்கிப்போனது. ஆறுமுகக் காவடி தள்ளிப்போய் தலைக்குப்புற விழுந்தது. கீழே சாய்ந்தார். உடம்பு வெட்டியது.

முன்னால் நின்ற காவடிக்காரர்களுக்கு நெஞ்சு நடுங்கியது. யாரும் கிட்டத்தில் போகப் பயந்தார்கள். பக்க பூசாரி மட்டும் பயத்தில் கத்தினார்.

"பூசாரிக்கு யாரோ செய்வினை வெச்சுட்டாங்க..."

ரத்தவாந்தி கக்கிய பெரிய பூசாரியின் உடம்பு மணலில் சலனமில்லாமல் கிடந்தது. மீண்டும் எங்கும் நிசப்தம். சில கணங்கள் சென்றன.

கொம்பூதிக் கொண்டிருந்த பெரிய தோட்டியார் திமிறிக்கொண்டு சாமியாடும் இடத்திற்கு வந்தார். கொம்பின் தோள்வரை அறுத்து சுடுமணலில் தூர ஏறிந்தார். அவர் உடம்பு முறுக்கேறத் தொடங்கிற்று. தலை மட்டும் மெள்ள அசைவுற்றது. காவடிக்காரர்கள் பெரிய தோட்டியாரையும் பெரிய பூசாரியையும் மாறிமாறி பார்த்துக் கொண்டிருந்தார்கள். வெயில் ஏறி வந்தது.

திடீரென பெரிய தோட்டியார் பெரிய பூசாரியிடம் போனார். ஆறுமுகக் காவடியைத் தூக்கி தலையில் வைத்துக்கொண்டு ஆடத் தொடங்கினார். கண்களில் வெறி தென்பட்டது. கழுத்து விறைத்து தலை சுழன்றாடியது. கரகம்போல ஒட்டிய ஆறுமுகக் காவடி விழவே யில்லை. கொட்டுமுழக்கின் ஓசை அதிகமாயிற்று. கொம்பூதினிகள் இடைவிடாமல் ஊதினார்கள். கால்களின் தப்படிகள் பொருந்தி வந்தன. ஆட்டம் கட்டுக்கடங்காமல் போயிற்று.

ஆட்டத்தின் போக்கிலேயே பெரிய தோட்டியார் சட்டென நின்றார். விழிகள் மேலெறின. அவருக்குள் மறுபடியும் வெளி உட்புகுந்தது. பெருங்குரலெடுத்து கத்தினார்.

"வெனை வெச்சவனக் காட்டறே.. எல்லோரும் வேய்க்கனமா கேளுங்க..."

பெரிய தோட்டியார் மணலில் கால்புதைய நின்று தலையை அசைத்தவாறே இருந்தார். முகம் திடீரென இறுகி விகாரமாயிற்று. அருள் வந்துவிட்டது. அவருக்கு சப்தமாகப் பேசினார்.

"கூட்டத்தில் குக்கியிருக்கான் அவன்... கூட்டத்தில் குக்கியிருக்கான்... பூணூல் போட்ட குள்ளன்... அவன் பூணூல் போட்ட குள்ளன்..."

கூட்டம் மீண்டும் ஒரு விபரீதம் நடக்கக்கூடும் என திகைத்துப் பார்த்துக்கொண்டிருந்தது. ஆனால் பக்கப்பூசாரிக்கு மட்டும் புரிந்துவிட்டது. நடுக்கூட்டத்தில் காவடிக்காரர்களுக்கிடையே நின்று வேடிக்கை பார்த்துக்கொண்டிருந்த அந்த மாந்திரீகனைப் போய் எட்டிப் பிடித்தார். காவடிக்காரர்களும் சூழ, மாந்திரீகன், "பகவதி...

பகவதி” என, கெஞ்சினான். பின்பு, நேராக பெரிய தோட்டியாரிடம் ஓடிவந்து அவர் காலில் நெடுஞ்சாண்கிடையாக விழுந்தான்,.

“ஸ்வாமீ... தப்பு பண்ணிட்டேன்... பூசாரியாரே நான் எழுப்பறேன்”

பெரிய தோட்டியார் எதுவுமே பேசவில்லை. முறுக்கேறிய உடம்போடு ஆறுமுகக் காவடி தாங்கி அப்படியே நின்றார். மாந்திரீகன் எழுந்து மேற்கு முகமாகத் துண்டை இடுப்பில் கட்டி நின்றான். ஏதோ மாறிமாறி பார்த்துக் கொண்டிருந்தார்கள். இருந்திருந்தாற்போல் பெரிய பூசாரியின் உடம்பில் சிறு சலனம் ஏற்பட்டது. கை கால்களை உதறினார். மந்திரத்தின் வேகம் கூடியது.

பெரிய பூசாரியின் கண்கள் திறந்தன. எழுந்து அமர்ந்தார். மாந்திரீகன் மந்திரத்தை நிறுத்தினான். திரும்பவும் பெரிய தோட்டியாரின் கால்களில் விழுந்து நமஸ்கரித்தான். அங்கிருந்து நகர்ந்து ஆற்றுக்குள் இறங்கிப் போய்விட்டான்.

பெரிய பூசாரி ஆறுமுகக் காவடி எடுத்து அருளோடு நிற்கும் பெரிய தோட்டியாரையே பார்த்தபடி இருந்தார். இருவர் கண்களும் நேராக சந்தித்துக்கொண்டன. பெரிய தோட்டியாரின் உடம்பு மெல்ல தளர்ந்தது. கண்கள் சாந்தமடைந்தன. தலையிலிருந்த ஆறுமுகக் காவடியை இறக்கி மணலில் வைத்தார்.

பின்பு பெரிய தோட்டியார் தோட்டிமார்களுடன் போய் நின்று கொண்டு, பெரிய பூசாரியையும் காவடிக்காரர்களையும் பார்த்தார். எல்லாமே இயல்புநிலைக்குத் திரும்பின. பக்கப்பூசாரி நகர்ந்து பெரிய பூசாரியிடம் போனார். குனிந்து பெரிய பூசாரியின் காதில் ஏதோ குசுகுசுவென சொன்னார். பெரிய பூசாரி சடாரென எழுந்தார். கோபமாக காவடிக்காரர்களைப் பார்த்து கத்தினார்.

“தோட்டிப்பயல் தொட்டுத் தூக்கி ஆடின காவடிய... இனி நாந்தொட்டு தூக்கியாடனுமாடா? நானென்ன ஈனசாதிக்குப் பொறந்த பூசாரின்னு நெனைச்சீங்களா? நா இனி, இந்தக் காவடியை கையில் தொடமாட்டேன்”

காவடிக்காரர்களுக்கு ஒன்றும் புரியவில்லை. திகைத்துப்போய் நின்றார்கள். மணற்பரப்பில் உக்கிரம் அனலோடியது. காவடிக்காரர்கள் மணலில் புதைய பெரிய தோட்டியார் வைத்த அதே இடத்தில் அப்படியே கிடந்தது ஆறுமுகக் காவடி.

●

வண்ணக் கனவுகளும் அப்பாவும்

தூக்கம் கலைந்து வெகுநேரமாகிவிட்டிருந்தது. எழுந்திருக்கவே தோணவில்லை இவனுக்கு. அப்பு, சந்திரன் எல்லாம்கூட எழுந்து போய்விட்டிருந்தார்கள். இவனை ஒட்டி அவர்களின் பாய்கள் சுருட்டப்படாமலே கிடந்தன. சந்திரன் ஜிம்முக்குப் போயிருக்கக்கூடும். அப்பு கீழ் ஃபுளோரில் யார் ரூமிலாவது உட்கார்ந்து அரட்டை அடித்துக்கொண்டிருப்பான் இந்நேரம்.

விடிந்து வெகுநேரம் ஆகியிருக்கவேண்டும்போல் இருந்தது. சன்னலிலிருந்து கசியும் வெளிச்சம் சுவரில் ஏறியிருந்தது, மேன்சனின் காலைநேரப் பரபரப்பை அப்பட்டமாக உணர முடிந்தது. வராண்டா நெடுக நடக்கும் காலடிச் சப்தம், பாத்ரூமில் பக்கெட்டில் தண்ணீர் விழும் சப்தம், சரியாகச் சாத்தமுடியாத லெட்ரின் கதவை அறையும் சப்தம் எனத் தொடர்ந்து கேட்டபடியே இருந்தன.

அப்பு வந்து எழுப்பினான் இவனை. இவன் போர்வையை விலக்கிப் புரண்டுபடுத்தபடி கேட்டான்:

"என்னடா... இந்நேரத்தில?"

"உங்க அப்பா வந்திருக்கார் கீழே நிற்கிறார்!"

"நிஜமாகவா?"

அப்பு இவனையே பார்த்தான். சிரிப்பு வந்தது அப்புவுக்கு.அப்பா ஏன் இங்கே வரவேண்டும்? இவன் யோசித்தபடி எழுந்தான். முகத்தைத் துடைத்துக்கொண்டான். திடீரென்று உற்சாகம் எல்லாம் வடிந்துவிட்டதுபோல ஆயிற்று இவனுக்கு. சட்டையைப்

போட்டுக்கொண்டு செருப்பைத் துழாவினான். சந்திரன் உள்ளே வந்து பேண்ட்டைக் கழற்றிக்கொண்டே கேட்டான்:

“இன்னிக்கு லட்சுமி மூவி மேக்கர்ஸ் போறியா?’

”பார்க்கலாம்”

இவன் கீழே இறங்கி வரும்போது பார்த்தான். வேலைக்குச் செல்பவர்கள் அறையைப் பூட்டிக்கொண்டிருப்பதை... இருள் படர்ந்த படிக்கட்டுகளில் தூசிகள் படிந்துகிடந்தன. மேலே ஏறி வந்துகொண்டிருந்தவர்கள் சிரித்தபோது ஒதுங்கி நின்று தலையாட்டினான். கீழ் ஃபுளோரில் பிளாட்பார வியாபாரிகள் மூட்டைகளை அடுக்கி வைத்திருந்தனர்.

கசகசவென்று இருந்தது. கிழிந்த சாக்குப்பைகள் இறைந்துகிடந்தன. செருப்புக் கடைக்குள் நுழைந்து வெளியே வந்தபோது அப்பா நின்றுகொண்டிருந்தார் பெட்டியோடு. ஏறுவெயில் முகத்திலடித்தது. அப்பாவின் நெற்றிச் சுருக்கத்தின் நடுவே குங்குமப்பொட்டு பிசிறுடன் கரைந்திருந்தது.

ரங்கநாதன் தெருவில் மெல்ல கூட்டம் சேர்ந்துகொண்டிருநதது. மேற்கு மாம்பலம் மின்சார ரயிலுக்குச் செல்பவர்கள் வேகவேகமாக நடந்துகொண்டிருந்தார்கள். உஸ்மான் ரோட்டின் வாகன இரைச்சலும் கேட்டது. சரவணா ஸ்டோரில் ஷட்டர் தூக்கிவிடும் சப்தம் காதை அடைத்தது. இவன் அப்பாவிடமிருந்து பெட்டியை வாங்கிக்கொண்டான்.

செருப்புக் கடைக்குள் குனிந்து உள்ளே வந்துபோது கவனித்தான். கடைப் பையன் செருப்பைத் துடைத்து செல்ஃபில் அடுக்கிக் கொண்டிருப்பதையும், அவர்களோடு அப்பு நின்று பேசிக் கொண்டிருப்பதையும் கீழ் ஃபுளோர் வந்ததும் அப்பா கோபமாகப் பேசினார்:

“என்னடா மேன்சன் இது... எலிப் பொந்துக்குள்ள நொளஞ்ச வர்றமாதிரி உள்ளே வரவேண்டியிருக்கு. அட்ரஸ் குடுத்துக்கேட்டா இங்கே ஒருத்தனுக்கும் தெரியமாட்டேங்குது. கண்டுபுடிச்சு வர்றதுக்குள்ள ச்சீ சீன்னு போயிருச்சு!”

இவன் படிகளில் ஏறிவரும்போது கேட்டான்:

“எப்ப மெட்ராஸ் வந்தீங்க”'

“நேத்து ஒரு பைசூல் விசயமா எம்.எல்.ஏ.வைப் பார்க்க வேண்டியிருந்திச்சு. நானும் பக்கத்து ஊர்க்காரங்க ரெண்டுபேரும் வந்தோம். நைட் எம்.எல்.ஏ. ஹாஸ்டலிலேயே தங்கிக் கொண்டோம். ஒரு வழியா பைசூல் சுலபமா முடிஞ்சுது. அவுங்க ரெண்டுபேரும் கிளம்பிட்டாங்க. நான் உன்னைப் பாத்துட்டுப்போலாமுன்னு இங்க வந்துட்டேன்.”

இவன் குனிந்து ரெடியாகும்வரை அப்பா சுவரில் சாய்ந்து உட்கார்ந்துகொண்டு எதிர்ச் சுவரையே பார்த்தபடி இருந்தார். சுவரில் மூட்டைப்பூச்சிகள் நசுக்கிய கறைகள் இருந்தன. ஹேங்கரில் நிறைய அழுக்குச் சட்டைகளும் ஜீன்ஸ்களும் அலங்கோலமாகத் தொங்கின. ஃபேன் ஓடியபோதுகூட வியர்வை புழுக்கம் இருந்தது. இவன் தலைவாரும்போது அப்பா சந்திரனோடு பேசினார், மிருதுவாக.

"நீங்க என்ன பண்றீங்க தம்பி... இவனாட்டாம் நடிக்கறீங்களா? இவன்தான் காலேஜ் முடிச்சதும் நடிக்கணுமுன்னு வந்துட்டான். முழுசா ஏழு வருஷமாச்சு... இன்னும் உருப்படியா எதையும் காணோம். போனவருஷம் ஏதோ ஒரு படத்துல கல்யாண மாப்பிள்ளையா ஒரு சீன் நடிச்சான் அம்முட்டுதான். அப்புறம், பழைய குருடி கதவைத் தெறடி கதைதான்... கேட்டா பெருசா பேசறான். வயது இருபத்தெட்டு ஆகுது. ஊர்ல இவன் வயசுப் பசங்கள்லாம் நல்லா இருக்காங்க. இவனும் ஊர்ல வந்து ஏதாச்சும் தொழிலு செய்யணும். இல்ல தோட்டந்துறவு பாக்கணும். அப்பத்தானே நாலுபேரு மதிப்பாங்க... காலாகாலத்துல கல்யாணம் காட்சியின்னு செய்யமுடியும். இங்கெ, இப்படி ஊர்சுத்திக்கிட்டிருந்தா யாரு பொண்ணு குடுப்பா...? பிரசிடெண்ட் நாராயணசாமின்னா எவ்வளவு பிரசித்தமுன்னு எங்க ஏரியா பக்கம் வந்து கேட்டுப் பாருங்க தம்பி... சொல்லுவாங்க... அப்படிப்பட்ட எனக்கு இப்படி ஒரு தெல்லவாரி புள்ளை பொறந்திருக்குதுன்னா நா என்ன செய்யமுடியும். நீங்களே சொல்லுங்க தம்பி..."

அப்பா கலங்கியிருந்தார். முகம் சுரத்தற்றுப் போயிருந்தது. அப்பாவின் பேச்சை சந்திரன் மௌனமாக வாங்கிக்கொண்டான். கீழே இறங்கி வந்தபோது, ரங்கநாதன் தெருவின் முகம் மாறியிருந்தது. காலையில், இளமதியத்தில், மாலையில் இரவில் என வெவ்வேறு முகம் கொண்டது இந்த ரங்கநாதன் தெரு மட்டுமே எனத் தோன்றியது இவனுக்கு. கூட்டமும் இரைச்சலும் மிகுந்திருந்தன. உஸ்மான் ரோடு வந்து எதிர்க்க சரவண பவன் ஹோட்டலைக் காட்டி அப்பா கேட்டார்:

"டிபன் சாப்பிடுவோமா?"

இவன் தலையசைத்தான். ரோட்டை கடந்துபோக பெரிதாகத் தடுமாற வேண்டியிருந்தது. இரண்டாவது மாடியில் டிஃபனுக்காக ஒதுக்கியிருந்தனர். சேரை, டேபிளை ஒட்டி இழுத்துப்போட்டு உட்கார்ந்தார் அப்பா. எதிர்க்க உட்கார்ந்துகொண்டான் இவன். டேபிளை துடைத்துவிட்டுப் போனார் ஒரு சர்வர். டம்ளரில் ஃபிரிட்ஜ் வாட்டர் கொண்டுவந்து வைத்த வேறு ஒரு சர்வர் கேட்டார்:

"என்ன வேணும்?"

அப்பா இவனைப் பார்த்தார்.

"என்னடா சொல்லட்டும்?"

"எதை வேணுமுன்னாலும் சொல்லுங்க"

இவனுக்கு காலை பசியே மறந்துபோய் வெகுநாட்கள் ஆகிவிட்டிருந்தன. அதேபோல் டீ, காப்பி கூடத்தான். தாமதமாக எழுந்திருப்பது, மொட்டைமாடியில் வெகுநேரம் நின்று பல் துலக்குவது, மெதுவாகக் குளிப்பது, நேரத்தை மெல்லப் போக்கி ஒருவழியாக பதினோரு மணி சுமாருக்கு ஆந்திரா மெஸ்ஸின் எடுப்புச் சாப்பாடுதான் வயிறுமுட்ட. அதன்பின், இரவு கையேந்தி பவனில் கடைமூடும் நேரம் சென்று இட்லி சாப்பிடுவது. இரண்டு வேளை உணவுக்கு உடம்பு பழகிவிட்டிருந்தது.

இவன் நிலை அறிந்தே அப்பா அதிகமாக ஆர்டர் செய்திருக்க வேண்டும்போல் தோன்றியது. புதினா சட்னியோடு இட்லி, மசால் வாசனையோடு பூரி, நெய் மணத்தோடு ரோஸ்ட் என இப்படிச் சாப்பிட்டு நீண்ட நாட்களாயிற்று இவனுக்கு. ருசி மரத்துப்போன நாக்கிற்கு இதமாக இருந்தது.

இவன் கைகழுவிட்டு பில்லுக்காக வெயிட் பண்ணிக் கொண்டிருக்கும்போது அப்பா பேசினார்:

"என்னடா நானும் வந்த்திலிருந்து பாக்கறேன். ஊர்ல அம்மா, எல்லாரும் எப்படியிருக்காங்கன்னு பேச்சுக்குகூட ஓர் வார்த்தை நீ கேக்கலையே..?"

இவனின் இப்போதைய நிலையில் அக்காவை, அம்மாவை நினைகும சாத்தியக்கூறே இல்லை. அப்புறம் எங்கே விசாரிப்பது?

"சாரி... மறந்துட்டேன்... எப்படியிருக்காங்க?"

அப்பா சிரித்தார் மெலிதாக. இவனையே ஆழமாகப் பார்த்தார். இவனால் அப்பாமுன்பு சிரிக்க முடியாமற்போனதற்காக வருத்தம் ஏற்பட்டது. சின்னவயதில் சதா சிரித்துக்கொண்டிருக்கும் இவன் முகம் ஒரு கணம் ஞாபகம் வந்துபோயிற்று.

"எல்லோரும் நல்லாயிருக்காங்க. அம்மாவுக்குத்தான் இப்ப முன்னப்போல நடக்கமுடியலை. கால்ல நீர் எறங்கிருச்சு. தீபா 'தெரட்டி'க்கூட அக்கா லெட்டர் போட்டிருந்தாளாமே. நீ வரலை யின்னு மச்சானுக்கும் சேர்ந்து கோபம். ஊர் வரும்போது அக்கா வூட்டுக்கு ஒரு எட்டு போயிட்டு வா..."

தீபாவை சின்னப் பெண்ணாக இருந்தபோது பார்த்தது. கன்னம் குழிவிழ சிரிக்கும் முகம் தீபாவுக்கு. சைக்கிளில் பள்ளிக்குக் கொண்டுபோய் விட்டுக் கூட்டி வருவான் இவன். வீட்டிலிருக்கும்போது பஞ்சுமிட்டாய், நாகப்பழம் வாங்கிக் கொடுக்கச் சொல்லி அடம்பிடிப்பாள் தீபா.

அக்கா, அடிக்க கை ஓங்கும்போது இவனை வந்து கட்டிக்கொள்வாள். இவன் உப்பு மூட்டை சுமந்தபடி கூட்டிப்போய் வாங்கிக் கொடுப்பான்.

இப்போது மாமாவின் முகமேகூட தீபாவுக்கு மறந்திருக்கும் எனப்பட்டது. ஊர் போய்க்கூட நான்கு வருஷத்திற்குமேல் இருக்கும். திரும்பவும் ரூம் வரும்வரை அப்பாவே பேசினார்.

"ஒவ்வொரு ராத்திரியும் உங்கம்மா உன்னை நெனைச்சுத்தான் பொலம்புவா... சாப்பாடே ஏறங்கறதில்லே அவளுக்கு... நானென்ன பாவஞ் செஞ்சேனா எம்புள்ள கண்காணாத சீமையில போயி கஷ்டப்படுதேன்னு அழுவா... அப்புறம் நனும் எங்க சாப்பிடறது"

சாயங்காலம் ஆகும்வரை அப்பா பேசிக்கொண்டேயிருந்தார். இவன் தலைமட்டும் ஆட்டிக்கொண்டு தலை தாழ்ந்தபடி உட்கார்ந்திருந்தன். நேரம் போக மறுத்தது. அப்பாவின் பேச்சு பெரிய இம்சையாகவும் புலம்பலாகவும் இருந்தன. அப்பா குளிக்க எழுந்துபோனார். இவன் மட்டும் கீழே இறங்கிவந்தான். மாலையின் வேகம் தெருவெங்கும் தொற்றியிருந்தது. தியாகராயர் நகர் டவுன் பஸ் டிப்போ ரவுண்டானா வந்தான். வடக்கு பார்த்த டிராவல் ஏஜன்ஸி ஒன்றின் உள்ளே நுழைந்தான். இவன் வெளிவந்தபோது தாராபுரத்திற்கு ரிசர்வ் செய்த டிக்கெட் இருந்தது. ஒன்பது மணிக்குத்தான் பஸ் புறப்படுவதாகச் சொன்னார்கள்.

இவன் திரும்பவும் ரூமிற்கு வந்தபோது, அப்பா சந்திரனோடு பேசிக்கொண்டிருந்தார். கிளம்பும்போது சந்திரனிடம் சொன்னார்:

"தம்பி எப்படியாவது பாத்து முன்னேறுங்க... இல்லாட்டி வேற தொழில் பாருங்க.. சம்பாரிக்கிற வயசுல இங்க வந்து கஷ்டப்படணுமுன்னு என்ன தலையெழுத்தா?..."

சந்திரன் வருத்தங்காட்டாமல் சிரித்தான். இவன் பெட்டியை எடுத்துக்கொண்டான். தெற்கு உஸ்மான் ரோட்டின் நகைக்கடைகளில் அலங்கார விளக்குகள் ஜொலித்தன. இருபக்கமும் நிறுத்தப்பட்டிருந்த ஜார்களின் பணக்காரத்தன்மை இவனின் எதிர்காலம்பற்றி பயமுறுத்தின. எதிர்ப்பட்ட எல்லா ஜனங்களின் முகங்களிலுமே ஒருவித சந்தோஷ ரேகை இழையோடியது. மணி எட்டுதான் ஆகியிருந்தது. விஷ்ணு கோவிலுக்கு எதிர்புறம் பிரிந்த ஒரு சந்தில், ஒரு கையேந்தி பவனுக்கு சாப்பிட அழைத்துப்போனார் அப்பா. இவன் பின்தொடர்ந்தான். கடைக்காரர் தட்டில் இட்லி வைத்து, சட்னி ஊற்றும்போது அப்பாவைக் கேட்டார்:

"இவன் உங்க புள்ளையா?"

அப்பா ஆமோதிப்பதாகத் தலையசைத்தார்.

“சொன்ன கோச்சுக்கப் படாது. இவர் ரெண்டு மாசமா எங்கிட்டதான் நைட் சாப்பிடறார். ஊர்ல அப்பாவிடமிருந்து பணம் வந்ததும் தர்றேன்னு சொல்லி இன்னும் தரலே. நானும் இரக்கப்பட்டு விட்டுட்டேன். நல்லகாலம் இன்னிக்கு... நீங்களே நேர்ல வந்துட்டீங்க”

இவனுக்கு வெட்கம் பிடுங்கித் தின்றது அப்பாவைப் பார்க்கத் திராணியற்றுப் போனது. தலைதாழ்த்திக் கொண்டான். நோட்டை புரட்டிப் பார்த்தபின் இருநூற்று இருபது ரூபாய் கணக்கு காண்பித்தார் கடைக்காரர். அப்பா எதுவும் பேசவில்லை. எதையோ யோசித்தபடி இருந்தார். இவன்தான் மெல்ல நிசப்தத்தை உடைத்தான்.

“சினிமாங்கிறது ஒரு வழிப் பாதையின்னு தெரியாமப் போச்சுப்பா... சுலபமா ஜெயிச்சுடலாமுன்னு நெனைச்சு... ஊருக்குள்ள பெரிசா சபதம் போட்டுக்கொண்டு வந்துட்டேன். இப்போ இங்கேயும் தாக்குப்பிடிக்க முடியாம என்ன பண்றதுன்னே தெரியாம... மதில்மேல் பூனையா... காலம் போகுது. இப்படியே போயிருமோன்னு பயமாக்கூட இருக்குது”

அப்பா, இவனை ஆழமாகப் பார்த்தபின் முகத்தைத் திருப்பிக் கொண்டார். பஸ் வந்து நின்றது. அப்பா, நம்பரைச் சரிபார்த்த பின் பெட்டியை மேலே வைத்துவிட்டு இருக்கையில் உட்கார்ந்தார். கண்ணாடியை நகர்த்தியபடி சொன்னார்:

“நீ இங்க வந்த ஏழு வருஷத்துல ஒருநாள்கூட நான் உன்னைப் பாக்க வரணுமுன்னு நெனைக்கலை... ஆனா இன்னிக்கு ஏண்டா உன்னைப் பாக்க வந்தோமுன்னு இருக்கு... பேசாம அவுங்ககூடவெ நேர ஊருக்குப் போயிருந்தாகூட மனசுக்கு ஆறுதலா இருந்திருக்குமோன்னு படுது”

இவன் மௌனமாகவே நின்றான். வேறு பஸ்ஸுக்கு வந்தவர்கள் எட்டிப்பார்த்துப் போயினர். பஸ் புறப்பட்டது. மெல்ல நகர்ந்தது. அப்பா சில ரூபாய் நோட்டுகளை எடுத்து இவன் கையில் திணித்தார். இவனுக்கு பிரமிப்பாக இருந்தது. பஸ் மறைந்தவுடன் இவன் நோட்டுகளை விரித்துப் பார்த்தான். அத்தனையும் ஐநூறு ரூபாய்த் தாள்கள். இவனுக்கு கண்களில் நீர் கோ(ர்)த்தது முதன் முறையாக...

●

உருவாரம்

இன்றோடு அப்பாரு கெடைசேந்து ஒரு மாதமாயிற்று. உள்ளே ஆகாரம் இறங்க மறுத்தது. பச்சைத்தண்ணி மட்டும் ரொம்ப நேரம் கழித்து ஒரு மடக்கு இறங்கியது. மேலே மோட்டுவளையை வெறித்தபடி கண்கள் நிச்சலனமாகக் கிடந்தன. மூச்சு மட்டும் திணறலாக வந்துகொண்டிருந்தது. மூச்சுவிடும் ஒவ்வொரு தடவையும் நெஞ்சுக்கூடு பெருசாக எழுந்து எழுந்து அமிழ்ந்தது.

வெளித்திண்ணையில் கயித்துக்கட்டிலில்தான் அப்பாரு படுக்க வைக்கப்பட்டிருந்தார்.

ஒறம்பரைச் சனங்கள் 'அப்பாரு'வைப் பார்க்க ஒருவர் மாத்தி ஒருவர் வந்துகொண்டே இருந்தார்கள்.

பண்ணையத்தில் வேலை செய்யற மாதாரிகள் வாசலைக் கொத்தி நறுவீசு பண்ணினார்கள். அப்பா, பெரிய வீட்டு மாமாவின் தெக்குத் தென்னந்தோப்பிலிருந்து மட்டை வெட்டி வரச்செய்து தடுக்குப்பின்னி வாசலில் பந்தல் போட்டார்.

"நாலுசனம் வந்துபோற எடம் நறுவீசா இருக்க வேண்டாமா? என்றார். அப்பாவின் எல்லாச் செயல்களுமே துரிதமாக நடந்தன.

பக்கத்து ஊரில் கொட்டடிப்பவர்களுக்குத் தகவல் சொல்லப்பட்டது. குழி தோண்டும் 'வெங்கிட்டி'க்கு சாராயத்துக்கும் ஏற்பாடு செய்யப்பட்டது.

ஆனால் ஆப்பாரு மட்டும்தான் ஏனோ போய்ச் சேரவில்லை. இழுத்துக்கொண்டே கிடந்தார். சாயங்காலம் நாச்சிமுத்து மணியக்காரர். 'அப்பாரு'வைப் பார்க்க

வந்தார். அவர், அப்பாருவின் மூச்சு இழுப்பை உத்துக் கவனித்துவிட்டு அப்பாவைக் கூப்பிட்டுப் பேசினார்.

"இப்படிச் சாகற நேரத்துல நல்ல மோட்சமா போய்ச் சேரவுடாம மூச்சு இழுத்துச்சுன்னா, அவுங்க மனசுக்குள்ள ஏதோ இதுநாள்வரைக்கும் வெளியே சொல்லாமல் மறச்சட்டாங்கன்னு அர்த்தம். அதுக்கு, அவுங்க பால்ய காலத்திலிருந்து கூடப் பழகின ஆளை யாராச்சும் கூட்டிவந்து, அவுங்க மறச்ச விசயம் என்னன்னு கேட்டறிஞ்சு... ஊர்பூரா சொன்னா உயிர் போயிருமாம். இது ஐதீகம்" என்றார்.

'அப்பாருவின் பால்ய சிநேகிதர் யாரென்று ஊருக்குள் விசாரித்தார் அப்பா. 'கொள்ளப்பட்டி அப்புச்சி' என்று தெரியவந்தது. 'கொள்ளப்பட்டி அப்புச்சிக்கு இப்போ கண்பார்வை மங்கி, தோட்டத்து சாய்ப்போடு சரி... வெளியில் எங்கும் போவதில்லை.

கொஞ்சநேரத்தில் 'கொள்ளப்பட்டி அப்புச்சி' கூட்டி வரப்பட்டார்.

அப்புச்சியினால் வண்டியிலிருந்து இறங்க முடியவில்லை. அப்பாவும் அம்மாவும் கைத்தாங்கலாகப் பிடித்துதான் அப்புச்சியை திண்ணைக்குக் கூட்டிவந்து உட்காரவைத்தார்கள். அம்மா, காபி போட சமையற் கட்டுக்குள்ளே போனாள். அப்பா, அப்புச்சியின் அருகிலேயே உட்கார்ந்து கொண்டார்.

அதன்பின்பு அப்புச்சி காபி குடித்துவிட்டு, வெகுநேரம் அப்பாரு வைப் பத்தி அப்பாவிடம் பேசினார்.

அப்பாருவுக்கு இன்னும் மூச்சு இழுத்துக்கொண்டுதானிருந்தது உயிர் போகாததால், அப்பாவைவிட அம்மாவுக்குத்தான் அதிகமான வருத்தம் தெரிந்தது.

"நாந்தா... அவெ ஆயுசில நடந்ததெ பூராவும் வெளாவரியா சொல்லிட்டேன். அவெ இதுலேதான் ஏதாச்சும் ஒண்ணை மறைச்சிருக்கணும்." என்றபடி அப்புச்சி கிளம்பினார்.

அம்மா, அப்புச்சியின் தோளைப் பிடித்து வண்டிக்குக் கூட்டிப் போனாள். அம்மாவால் அப்புச்சியின் கனத்தை தாங்கிப் பிடிக்க முடியவில்லை. அம்மாவுக்குச் சட்டென்று கோபம் வந்தது. அப்பாமேல் எரிந்து விழுந்தாள்.

"சும்மா பாத்துக்கிட்டு உருவாரம்மாதிரி நிக்கறீங்களே... பொம்பள ஒண்டியா இப்படிக் கஷ்டப்படறாளேன்னு கொஞ்சமாவது ஆம்பளைக்கு அக்கறை வேண்டா..."

அப்புச்சி விசுக்கென்று தடியை ஊன்றி நின்றபடி சொன்னார்:

"நீ உருவாரம்னு சொன்னதும் ஞாபகம் வந்திருச்சம்மிணி.. அவெ அந்த விஷயத்தைத்தான் மறச்சிருப்பான்"

அப்பாவும் அம்மாவும் அப்புச்சியை பழையபடி மெதுவாகக் கூட்டிவந்து திண்ணையில் உட்காரவைத்தார்கள். அப்புச்சி யாரையும் பார்க்காமல் வாசலைப் பார்த்துக்கொண்டே அப்பாருவின் கதையை சொல்லத் தொடங்கினார்.

"அப்போ ரெண்டு பேருத்துக்கும் நல்ல முறுக்கம். நாங்ககூட கொஞ்சம் நோஞ்சான, கட்டையடிச்சாப்புல இருப்பேன். அவெனிருக்கானே... அதுதான் உங்க அய்யா... நல்லா தின்னுட்டு, திக்குசா திரளாக்கட்டமாதிரி இருப்பான். ஒடம்பு இருந்த அளவுக்கு, நல்லா ஒசரமாகவும் இருப்பான். ரெண்டாள் வேலைய ஒருத்தனே செய்வான்.

அந்தச் சமயத்துலதான் நம்ம ஊர்ப்பக்கம் பெரிய்ய பஞ்சம் வந்திருச்சு. மனுஷங்க எல்லாம் நெலையாவரை காயைப் பறிச்சு ஆட்டி தோசை சுட்டுத் திங்கறளவுக்குப் பஞ்சம் தலைவிரிச்சு ஆடிச்சு. மனுஷங்களுக்கே இப்படின்னா, மாட்டுக்குச் சொல்லவா வேணும்?

ஊர்க்காரங்க அத்தனெ பேருமே பண்டம்பாடியெல்லாம் கொண்டுபோய்ச் சந்தையில வித்துட்டு, சிவனேன்னு மழைக்காக மானத்தைப் பாத்துக்கிட்டு இருந்தாங்க. ஆனா, இந்தெ ஊர்லயெ அவெனுக்கும் எனக்கும் மட்டும் மாடுகளெ அழியவுடறதுக்கு மனசில்லே.. ஏன்னா, நாளைக்கே மழைமாரி பெஞ்சு காலஞ்செழிச்சா, அழியவுட்ட மாட்டே திரும்ப சேத்த முடியுமா..?

நாந்தான் பாத்துட்டு, மேக்கே புத்தூரு நாயக்கருக்கிட்ட சோளத்தட்டு இருக்கிறதா வெசாரிச்சுக்கிட்டு வந்தேன். அவெனையும் கூட்டுக்கிட்டு, ஆளுக்கு ஒரு மொட்டை வண்டியும் கட்டிக்கிட்டுப் போனோம். வண்டி ஒதைவில போனதிலே நல்ல சலிப்பு. நாயக்கரோட தோட்டத்து சாய்ப்புலேயே வைக்கப்புல்லெ ஒதறித் துண்டே மேலெ விரிச்சுப்போட்டு நாங்க படுத்தோம்.. சித்தநேரகூடப் போகலே...

நாயக்கரு எங்களைத் தேடி ஆளாப் பறந்துக்கிட்டு வந்தாரு... ஏன்னு கேட்டா, நாயக்கருக்கும் பக்கத்துத் தோட்டத்து இன்னொரு நாயக்கருக்கும் பெரிய்ய தகராறாம், போடியாம்... ரெண்டு பக்கமும் பலமா மோதிக்கிட்டு, கடைசியில அந்த நாயக்கரு இவரெ கொல்லறதுக்குச் சதி போட்டுட்டான். இத்தனைக்கும் இந்த நாயக்கரு அப்பாவி. நல்லவரும்கூட....

அதுவும், அந்த நாயக்கரு அன்னிக்கு என்ன பண்ணினார்னா... மலையாளத்துத் தேசத்துல இருந்து ஒரு மந்திரவாதியைக் கூட்டிக்கிட்டு வந்து, 'உருவார ஊர்வல பூஜை' நடத்தி, இந்த நாயக்கரை கொல்லறதாம்...

உருவார ஊர்வல பூஜைன்னா லேசுபட்டது கெடையாது. சும்மா, இந்த பில்லி சூனியம், குட்டிச்சாத்தன் என்று படிச்சவனெல்லாம்

செய்யமுடியாது. அதுக்கெல்லாம் மேலே பெருசா பாடம் படிச்சிருக்கணும்.

அந்த ஊரே பயந்து கெடக்கு. விடிஞ்சா என்ன நடக்கமோன்னு நாயக்கரு திகிலடைஞ்சு போயிட்டாரு. புள்ளக்குட்டி, பொண்டாட்டி எல்லாம் வீட்டுக்குள்ளே 'குக்கி' அழுவுது. அப்போ, இந்த நாயக்கரு எங்களெப் பாத்துச் சொன்னாரு... 'நாஞ்செத்தா பரவாயில்ல.. அசலூர்காரங்க நீங்க இங்கே படுத்து ஏஞ்சாகணும்..? ஓடிப்போயி பொழைச்சுக்கங்க'ன்னாரு. நா பொறப்படறதுக்கு வண்டியெப் பூட்ட எருதெல்லாம் அவுத்துட்டேன். ஆனா, அவெ இருக்கானே... அதுதான் உங்கய்யா, 'இங்கிருந்து போக வேண்டாம். ஊர்வல பூஜை எப்படிச் செய்யறான்னு பாத்துட்டுப் போலாம்'னு தெகீரியமாக சொல்லறான்.

எனக்குக் கோவம் பொத்துட்டு வந்துருச்சு. 'இந்த மனுஷன் சாவறதை, நாம இங்கிருந்து கண்ணால பாக்கணுமா?'ன்னே. 'அட, நீயே பயந்து சாகறே... இந்த மந்திர தந்திரமெல்லாம் வெறும் வெத்துவேட்டு... ப்பூன்னு ஊதினாபோதும்.. பயந்து அய்ங்காத வழி ஓடிரும்.. சும்மா எங்கூட இரு'ன்னு சொன்னான். நானும் அரைமனசோட சம்மதிச்சேன்.

ஊருக்குள்ள போய் அந்த நாய்க்கரு வீட்டுக்கு முன்னால் பாத்தா, பெருசா உருவாரம் செஞ்சு வெச்சிருந்திருச்சு. அசலா உருவாரம் இந்த நாய்க்கரு மாதிரியே தெரிஞ்சுச்சு. உருவாரம் கம்பு மாவுல செஞ் சதாம். அதுக்கு முன்னால் அரிகறியும் பொரிகறியும் தலைவாழை இலையில் படையில் போட்டு வெச்சிருக்கு. நூத்தியெட்டு தீபத்துக்கு எண்ணெயூத்தியும் தயாரா வெச்சிருக்கு

இந்தக் காம்பு மாவு உருவாரத்தே ஊர்சுத்தி மூணு தடவை ஊர்வலமா இழுத்து சுடுகாடு கொண்டுபோய், நூத்தியெட்டு தீபங்களையும் ஏத்தி, படையெல வெச்சு சாமபூஜை பண்ணி, உருவாரத்தை குழியில எறக்கினா... உருவாரம் யாரைமாதிரி நெனைச்சுச் செஞ்சாங்களோ, அந்தாளு இந்த லோகத்துல எந்தத் திக்குலே ஒளிஞ்சிருந்தாலும் அடுத்த நொடியில செத்துப்போயிருவானாம்.

இதக் கேள்விப்பட்டதியும் அவெ தடாபுடான்னு என்னெயும் கூட்டிக்கிட்டு வெரசா வேகுவேகுன்னு நாயக்கரு தோட்டத்துக்கு வந்தான். நாயக்கரை மட்டும் தனியா கூட்டிபோய், 'எனக்குச் சில சாமான் எல்லம் தயார் பண்ணிக் குடுத்தீங்கன்னா, நான் அந்த உருவாரத்தை வெரட்டி, உங்க உயிரெ காக்கமுடியும்'னான். உயிரெ காக்கறேன்னு சொன்னவுடனே நாயக்கருக்குச் சொல்லிக்கணுமா?

'நீங்க என்ன சாமானம் கேட்டாலும் ஒடனே தர்றேன், இந்த ஒரு ஆபத்திலருந்து மட்டும் என்னெயும் எங்குடும்பத்தையும் தக்காட்டி வுட்டிங்கன்னா போதும்'னாரு. அவனும் சில சாமான்கள்

சொன்னான். 'ஆளு ஒசரத்துக்கு மேலே இருக்குற நல்லா, வெளையாத வேலாங்கொம்பா எட்டு அரக்கிக்கிட்டு வாங்க'ன்னான். நாயக்கரு ஆளெ ஏவினாரு.. சித்த நாழியில எட்டு வேலாங்கம்பு தயாரு. அடுத்து, 'கனமாக இல்லாத நொச்சிக் கொடாப்பு இருக்கா'ன்னான். கொடாப்பையும் ஆட்டுப்பட்டியிலிருந்து நொடியில் எடுத்துட்டு வந்துட்டாங்க, நாயக்கரு ஆளுக. அப்புறம் ஒரு கறுப்புத்துணியும் தொட்டக்கட்டற மாதிரி நீளமான. ஒரு பெரிய்ய.. வெள்ளைச் சீலையும் கொண்டுவரச் சொன்னான். வீட்டுக்கு ஓடி அதையும் கொண்டுவந்து கொடுத்தாரு நாயக்கரு.

அப்புறம் ஒரு பத்தடி நீளத்துக்குக் கனமில்லாத பனைமரத்துக் கோந்தனாளைத் துண்டம் இருக்கான்னு கேட்டான். ஒடனே போர்பட்டறைக்குப் போட்டிருந்த நல்லா காஞ்ச தலவு பனைந்துண்டத்தையே கொண்டுவந்து கொடுத்தாங்க ஆளுக.

அவெ வேலிப்பக்கம் போய் தொளசி, பழமாசிதலெ இன்னும் கண்ட மூலிகையெல்லாம் புடுங்கிட்டு வந்தான். பொறகுதான் அவெ வேலயை காமிச்சான்.

கொள்ளப்பட்டி அப்புச்சி பேச்சை நிறுத்திவிட்டுப் பெரிதான மூச்சு வாங்கினார். அம்மா எழுந்துபோய் 'அப்பாரு' வை ஒருமுறை பார்த்துவிட்டு வந்தாள். அப்பாருக்கு இன்னும் மூச்சு இழுத்துக் கொண்டுதானிருக்கிறது. அப்பா, அமைதியாக அப்புச்சியையே பார்த்துக் கொண்டிருந்தார். அப்புச்சி 'அப்பாரு'வின் கதையைத் தொடர்ந்தார்.

"மொதல்ல வேலாங்கம்புகளை எடுத்துத் தலவுல ரெண்டு அடியெ மட்டும் தீயில் தணலாகறவரைக்கும் வாட்டினான். வேலாங்கம்புதான் தணல் சாம்பலாகாம, வெகு நேரவரைக்கும் எரியும்னு சொல்லிட்டே வாட்டினான்.

அப்புறம் பனைந்துண்டத்தைக் கொண்டுபோய் சுடுகாட்டுல குழிதோண்டி நட்டுக்குத்தா நிக்கவெச்சான். அதோட, உச்சியில வெள்ளைச் சீலையின் ஒரு தலவெ கட்டினான். இன்னொரு தலவுல அடியில் காத்துக்கு அங்கியும் இங்கியும் ஆடாம ஒரு கல்லைக்கட்டி நெலத்துல போட்டுட்டான். இருட்டுல பாக்கும்போது பனைமரம் தெரியில... வெள்ளைச்சீலை மட்டும் காத்துக்கு நெளிநெளியா அசைஞ்சிச்சு. பாக்குற எங்களுக்கே பயமா இருந்துச்சு. தனியா எவனாச்சும் ஒருத்தன் மட்டும் பாத்தான்னா, வெள்ளைச் சீலை அந்தரத்துல ஆடறதைப் பிசாசுன்னுதான் சொல்லுவான். அப்படி ஒரு தோற்றம் அதுக்கு.

அடுத்து, கொடாப்பெ சுடுகாட்டுப் பின்னால் திரவகள்ளி புதரு மறைவுல கொண்டுபோய்ப் போட்டான். வாட்டின வேலாங்கம்புகளை

எடுத்துக் கொடாப்பெ சுத்தியும் சொருகினான். கம்போட தலவுல செந்தணல் தகதகன்னு எரிஞ்சுது. இருட்டுல பாக்கறத்துக்குக் கொடாப்பு தெரியல... செந்தணல் மட்டுந்தான் தெரிஞ்சுச்சு.

கறுப்புத் துணியை எடுத்துச் சும்மாடு கட்டினான். மூலிகையை எடுத்து, அங்கராக்கு சோப்புல போட்டுக்கிட்டான்.எங்களையெல்லாம் தள்ளிப்போய் ஒழிஞ்சுக்கச் சொல்லிட்டான். நாங்களும் மறைவான இடமா பாத்து நின்றுகிட்டு அவெ என்ன செய்யப்போறான்னு சுடுகாட்டையே பாத்துக்கிட்டிருந்தோம்.

நேரம் நடுச்சாமத்தை நெருங்கிக்கிட்டிருந்திச்சு. உருவாரம் ஊரைச் சுத்துற கொட்டுச் சத்தம் கேட்டுச்சு. அவ்வளவுதான்... நாயக்கரு அழ ஆரம்பிச்சுட்டாரு. இன்னும் கொஞ்சநேரத்துல நாஞ்சாகப் போறேன்னு... கூட இருந்த ஆளுகளும் திகிலடிச்சுக் கெடக்கறாங்க. எனக்கும் ஒண்ணும் புரியல. சுடுகாடும் அமாவாசை இருட்டுல கம்முனு கெடக்கு. அவனும் எதுவும் செய்யல.. கம்முனு கெடக்கான்.

நேரம் வேற நடுசாமத்தைத் தாண்டிட்டு இருக்கு. அப்போ, திடீர்னு வடக்கே ஊர்ப்பாதையெ பாக்கறோம். பந்தம் புடிச்சு உருவாரம் கம்பீரமா வந்திட்டு இருக்கு. நூத்தியெட்டு தீபங்களும் ஜெகஜோதியா எரியுது. மந்திரவாதி முன்னால் மந்திரம் சொல்லிட்டு வாரான். அவனுக்குப் பின்னால் அந்த நாயக்கரும்கூட சில ஆளுகளும் வாராங்க...

அப்பத்தான் அது நடந்திச்சு. அவெ சும்மாட்ட தைக்குக் கொடுத்துக் கொடப்புக்குள்ளே பூந்து தலையில மூடிக்கிட்டு தயாரா நின்னான். அவெ, எதுக்கு அப்படி நிக்கறான்னு எங்களுக்கெல்லாம் வெளங்கலே. சுடுகாட்ட நோக்கி வந்த மந்திரவாதியும் உருவாரமும் அப்படியே சட்டுன்னு பனைதுண்டத்து வெள்ளைச்சீலை நெளிநெளியா ஆடறதைக் கண்டதையும் தேங்கி நின்னிருச்சு.

மந்திரவாதி மந்திரம் சொல்லி தின்னீறு அள்ளி உள்ளங்கையில் வெச்சு ஊதி வீசினான். பனைத்துண்டத்துக்கிட்ட ‘டமாரு’னு பெரிய்ய... வேட்டுச் சட்த்தம் கேட்குது. வானம் உட்டமாதிரி கல்லும் மண்ணும் மேலே ஆகாசம் போய்வருது... இப்படியே மந்திரவாதி தின்னீறு அள்ளி ஊதி வீசிக்கிட்டேயிருக்கான். இங்கே வேட்டுச்சத்தம் வெடிச்சுக்கிட்டேயிருக்கு. மந்திரவாதி வெள்ளைச்சீலை காத்துக்கு நெளிஞ்சு ஆடறதை பேய்னு நெனைச்சுட்டான் போலிருக்கு.

நாங்க எல்லாம் பயந்து போய்ப் பாத்துக்கிட்டு இருக்கோம். இனி, என்ன நடக்கப்போகுதோன்னு. திடீர்னு உங்க அய்யா கொடாப்பே சொமந்துக்கிட்டு, சுடுகாடு மேலே நின்னு ஆட ஆரம்பிச்சான். ‘சஞ்சணக்கு சஞ்சணக்கு, சஞ்சணக்கு’னு வாயிலேயே சத்தம் போட்டுக்கிட்டுக் தப்படியோட ஆட ஆரம்பிச்சான். அவன் ஆட

ஆட, இருட்டுல கொடாப்பும் கொடாப்புக்குள்ள இருக்குற ஆளும் தெரியல. செந்தணல் மட்டும் சுத்துது! ஒடனே மந்திரவாதிக்குப் ப்பின்னால உருவாரத்தைச் சொமத்துக்கிட்டு வந்த ஆளுக சத்தம் போட்டாங்க.. 'லொள்ளிவாய்ப் பிசாசு கொள்ளிவாய் பிசாசு'னு

அம்முட்டுதான். அந்த ஆளுகளும் அந்த நாயக்கரும் உருவாரெத்த வெச்சுட்டுக் கண்ணு மண்ணு தெரியாம ஊரைப் பாத்து ஓடிட்டாங்க. மந்திரவாதி மட்டும்தான் 'திகிரீமா' நின்னான்.

உங்கய்யா பழையபடி 'சஞ்சணக்கு சஞ்சணக்கு'னு சத்தம் எழுப்பிக்கிட்டே கொடாப்புக்குள்ள ஆடிக்கிட்டு, தப்படி மேலே தப்படியா வெச்சு மந்திரவாதியை நெருங்கறான். மந்திரவாதியோ 'இந்த லோகத்துல எந்தப் பேயும் எனக்கு அடங்காமப் போனதில்லே... உன்னையும் அடக்கறேம் பாரு'னு கத்தறான். நாங்கஎெல்லாம் பயந்துட்டோம், இனி அவனுக்கு என்ன ஆகுமோன்னு... உங்க அய்யா, மந்திரவாதி முன்னால போய் நிக்கறாரு எதுவுமே ஆகாமா !.

மந்திரவாதி பெரிசா இழுத்து, மந்திரம் ஓதிக்கிட்டே 'வீல்'னு கத்தினான். அவ்வளவுதான்... அப்புறம் வேட்டுச் சத்தம் நின்னுபோச்சு.

அவெ அவசரமா கொடப்ப தூக்கிட்டு எங்ககிட்ட வந்தான். நாயக்கரைப் பாத்துச் சொன்னான்: இனி பனந்துண்டம், வெள்ளைச் சீலை, கொடாப்பு கொள்ளிக்கட்டை. இதையெல்லாம் யாருக்கும் தெரியாம அப்புறப்படுத்திருங்க'ன்னு.

நாயக்கரோட ஆளுகளும் அவற்றை ஒடனே மாயமுட்ட மாதிரி அப்புறப்படுத்திட்டாங்க. நாங்க நாயக்கரு ஊட்டுக்கு வந்த பெறகுதான் நான் அவங்ககிட்ட கேட்டேன் 'என்ன கடெசியில மந்திரவாதியும் பயந்து ஓடிட்டானா?' அதுக்கு அவெ அசால்ட்டா, 'ஓடலே அங்கணயே பயந்து செத்துட்டான்'னு சொன்னான். எங்களுக்கெல்லாம் பகீருன்னுச்சு. அவெ மறுபடியும் 'மந்திரவாதியோட மந்திரத்துக்குப் பேயோ, பிசாசோ இருந்தா பயந்து ஓடிருக்கும். நாந்தான் நெஜ மனுஷனா போயிட்டேனே... அதுதான் மந்திரவாதி பயந்து செத்துட்டான். ஆனா, மந்திரவாதி மானஸ்தெ, ஓடலே. கடேசிவரைக்கும் என்னே பேயின்னு நெனைச்சுப் போராடினான்'னு சொல்லிச் சிரித்தான்.

எங்களால சிரிக்க முடியல ஆனா, இனி என்ன ஊர்வம்பு வரப்போகுதுதோன்னு ரோசனை பண்ணினோம். தூக்கம் போயிருச்சு... ஆனா, அவெ ஜம்முன்னு தூங்கினான்.

வெடிஞ்சது. நாயக்கரும் சோளத்தட்டை 'விசுவு'எல்லாம் போடாம நெலவரத்திக்கு அள்ளிக்கிட்டுப் போகச் சொல்லிட்டாரு. நாங்களும் ஊருவந்து 'போலிஸ் கீலீஸ்'னு பிரச்னை வருமுன்னு இதெ இதுநாள் வரைக்கு யாருகிட்டேயும் சொல்லலே.

அப்போ எந்த ஊருப் பக்கம் போனாலும் 'உருவாரப் பூஜை செஞ்சு யாரையாச்சும் கொல்ல நெனைச்சா... கொள்ளிவாய்ப் பிசாசு நேரா வந்து மந்திரவாதிய கொன்னிரும்'னு கதை கதையா பேசிக்கிட்டாங்க. அதன் பொறகுதான் மந்திரவாதிக யாரும் நம்மூர் பக்கம் தலைவெச்சுப் படுக்கறதில்லே..'

கொள்ளப்பட்டி அப்புச்சி, 'அப்பாரு'வின் கதையைச் சொல்லி முடித்தது. அப்பாவும் அம்மாவும் பிரமை பிடித்தமாதிரி விக்கித்துப்போய் உட்கார்ந்திருந்தார்கள். அப்பாரு எவ்வளவு பெரிய 'தகீரியசாலி'யா என அப்போதுதான் நினைக்கத் தோணியது.

அம்மா எழுந்து 'அப்பாரு'வைப் போய்ப் பார்த்தாள். மூச்சு இழுத்துக் கொண்டுதானிருந்தது.

அப்பா 'கொள்ளப்பட்டி அப்புச்சி'யை வண்டியில் ஏற்றி அனுப்பினார். பின்பு அப்பாருவின் கட்டிலைப் போய்ப் பார்த்தார். அப்பாருவுக்கு மூச்சு நின்றிருந்தது.

அப்பா வாசலுக்கு வந்து, பண்ணையத்து மாதாரியைத் தேடினார். அதற்குள் நெருங்கிய பங்காளிகள் வந்து, 'அப்பாரு'வைத் தூக்கி நடுவீட்டில் கிடத்தினார்கள். இப்பவும் அப்பாரு ஒரு பெரிய்ய.. உருவாரம் மாதிரிதான் கிடந்தார்.

●

நிழல் விளையாட்டு

மண் பொதுமிக்கிடந்தது. தோண்டும்போது எலும்புகள் வந்துவிழுந்தன. மண்டை ஓட்டுக் கபாலமும் வந்து விழுந்தன. சோமன் அக்காவையும் அரண்மனைக்காரரையும் நினைத்தபடி தோண்டினான்.

ஓடைக்கரை உயிர்ப்பின்றிக் கிடந்தது. உக்கிரம் எல்லா திசைகளிலும் அலைந்தது. மர நிழல்களில் ஒண்டிய குருவிகள் முனகிக் கொண்டிருந்தன. முள்மரங்கள் காற்றுக்கு அசைவின்றி வெறித்தன. மனித அரவம் தென்படாத உச்சிப்பொழுது வெளியில் நேராக இறங்கித் தகித்தது. சோமனுக்கு உடம்பெல்லாம் வியர்வை பெருகி வழிந்தது. கைகள் தினவு குறைந்து சோர்வுற்றன. முகம் தளர்வின்றி இறுகிற்று. பல்லைக் கடித்துக்கொண்டான். மேலும் தோண்டத் தொடங்கினான். சோமனுக்கு திடீரென அய்யாவின் ஞாபகம் எழுந்தது. அய்யா காலம்வரை அய்யாதான் குழிவெட்டினார்.

அய்யா இறந்து ஒரு மாதத்திற்குப் பின்னிட்டு, ஊருக்குள் ஒரு சாவு விழுந்தது. அந்த மதியம் சோமனைத் தேடி கவுண்டர்வளவிலிருந்து இரு ஆட்கள் வந்தார்கள். வீதியில் நின்று குரல் கொடுத்தார்கள். கிணறு வெட்டுக்குப் போய்விட்டுவந்து சுத்திண்ணையில் அசதியாகப் படுத்திருந்த சோமன் எழுந்து அவர்களிடம் போனான்.

அந்த ஆட்கள் இருவரும் உருமால் கட்டிய ஒரே சாயலில் இருந்தார்கள். அடையாளமும் தெரிந்தது. வந்தவர்களில் வளர்த்தியாக இருந்தவன் பேசினான்:

“பொன்னிப்ப கவுண்டரு செத்துப் போயிட்டாரு... கௌம்பு, குழிமேட்டுக்குப் போகலாம்...”

சோமனுக்கு எதுவும் புரியவில்லை. வந்தவர்களையே பார்த்தான். அதே ஆள் திரும்பவும் பேசினான்.

“மம்மூட்டி கடப்பாரையெல்லாம் வெச்சிருக்கறீல எடுத்துக்க.”

“சாமீ... அதெல்லாம் அப்பனோட போச்சுங்க... எனக்கு பழக்கமில்லீங்க.”

“அப்ப, இந்த மயிர சீமைக்குப் போய் பழகிட்டு வரணுமுங்கறயா?”

சோமன் பதில் பேசாமலிருந்தான். வந்த ஆட்கள் மேலும் எதுவும் கேட்கவில்லை. சோமனை கோபமாக முறைத்துவிட்டு திரும்பிப் போய்விட்டார்கள்.

சோமன், பழையபடி சுத்திண்ணையில் வந்து உட்கார்ந்தான். யோசனை, வந்த ஆட்களை மையமிட்டே சுழன்றது. அச்சமாகக்கூட இருந்தது. சிறிதுநேரம் போயிருந்தது. அரண்மனைக்காரர் வீட்டு சமையற்கட்டு பண்டாரம் வீதியில் வந்து நின்று சப்தமிட்டான்.

“என்ன அய்யனே இந்நேரத்துல?”

“அரண்மனை எசமாங்க உன்னே கையோட கூட்டிட்டு வரச்சொன்னாங்க.”

சோமனுக்கு எல்லாம் புரிந்துபோயிற்று. செருப்பைத் தொட்டுக் கொண்டு பண்டாரத்தின பின்னே போனான். போய் வளவு தாண்டியதும் பண்டாரம் பீடி பற்றவைத்துக் கொண்டான். கவுண்டர் வளவில் வீதிகள் காற்றோடிக் கிடந்தன. வீடுகள் ஒரே சாயலில் தென்பட்டன. திண்ணைகளில் இழவுக்கு வந்த ஒறம்பரைச் சனங்கள் உட்கார்ந்திருந்தார்கள். பண்டாரம் விரைசலாகவே நடந்தான். நடக்க நடக்க வெயில் ஏறியபடியே இருந்தது.

அரண்மனை வீடு வடக்குப் பார்த்து இருந்தது. வீதியிலிருந்து உள் நுழையும்போதே எதிர்ப்படும் வெளிமரக்கதவுகள் திறந்தே இருந்தன. வாசலில் சோமனைத் தேடிவந்த ஆட்களோடு கவுண்டர்வளவு ஆட்களும் சிலரும் நின்றிருந்தார்கள். தொட்டிக்கட்டு வெளி ஆசாரத்து ஊஞ் சலில் அரண்மனைக்காரர் உட்கார்ந்திருந்தார். சோமன் முன்னேபோய் நின்றதும் விசாரணை தொடங்கியது. அங்கு சோமனுக்கு ஆதரவாக யாருமே பேசவில்லை. அரண்மனைக்காரர் முன்னிலையில் சோமனால் அவர்களை எதிர்த்தும் பேசமுடியவில்லை. முடிவில் அவர்கள் சொன்னதைக் கேட்டுக்கொண்டு கிளம்பி வந்தான். எதையோ இழந்ததுபோல இருந்தது. வெயில் தாழ்ந்துகொண்டிருந்தது.

அன்று குழிவெட்டி வைத்துவிட்டு, சவத்திற்காக வெகுநேரம் காத்துக்கிடக்க வேண்டியிருந்தது. அடக்கம் செய்துவிட்டு குழிமேட்டிலிருந்து ஊர்சனங்கள் செல்லும்போது இருட்டிவிட்டது. அதன்பின்பு இந்த ஊரில் இழவு சேதி முதலில் சோமனைத் தேடித்தான் வந்தது. குழிவெட்டிவதற்கும் பிணம் சுடுவதற்கும் சோமனையே முறைமைக்காரன்மேல் ஊர்சனங்களும் கூப்பிடத் தொடங்கினார்கள்.

கத்தாழங்குருவியின் வீறிட்ட அலறல் கேட்டது. சோமன் திடுக்கிட்டு நிமிர்ந்தான். வல்லூறு ஒன்று குறிவைத்து துரத்தியபடி இருந்தது. குழிவெட்டு முடிவுறும்தறுவாயில் இருந்தது. வெட்டிய மண் இருபக்கமும் மேடாக குவிந்துவிட்டது. மம்முட்டியை பிடித்த ஈரம் கட்டிய மண்ணில் அக்கா கரைந்துபோயிருந்தாள். சோமனுக்குத் தானாக கண்ணீர் சுரந்து உதறத் தொடங்கியது. தாங்கிக்கொள்ள முடியவில்லை.

இப்போது வெயில் தாழ்ந்துகொண்டு வந்தது. ஒடுங்கிய மரநிழல்கள் கிழக்கே தொடங்கிற்று. காலம் வேகமாகப் போயிற்று. மழை பெய்வதும் பொய்ப்பதும் மாறிமாறி நிகழ்ந்தன. இரு வருடங்கள் தொடர்ந்து மழை பொய்த்த பஞ்சகாலத்தில் கூலிக்கார வளவுச் சனங்களுக்கு வேலையற்றுப் போனது. பருத்தி வெடிப்பு மானாவாரியாகப் போனதும் பெண்களுக்கு மேகாடுகளில் சுத்தமாக வேலையே இல்லை. கரைவெளிக்கு நடவுநட போய் வந்து கொண்டிருந்தார்கள். அக்காவுக்கு மட்டும் அரண்மனைக்காரர் மாட்டுத்தொழுவத்தில் வேலை கிடைத்து வந்தது.

அன்று சாயங்காலத்தில் வீடு திரும்பவும் அக்காவை இருட்டிய பின்பும் காணவில்லை. சோமன், அரண்மனைக்காரர் தோட்டத்து மாட்டுத் தொழுவத்திற்குப் போய் பார்த்தான். அங்கேயும் அக்காவைக் காணவில்லை. உள்ளுக்குள் பயம் படர்ந்தது. யாருமற்ற கட்டுத்தரையில் மேகாற்று சுழன்றுகொண்டிருந்தது. மூத்திரக் கவிச்சி மயங்கி கூளங்களை இழுத்துப்போனது. சோமன் தொழுவத்தைவிட்டு வெளியேறி நடந்தான். இருள் கூடிக்கொண்டு வந்தது. ஊர்ப்பாதையைக் கடந்தான். காற்று, நிமிர்ந்த பனைகளை உலுக்கிக்கொண்டிருந்தது. போயர் வளவுக்குச் செல்லவில்லை. நேராக கவுண்டர்வளவில் இறங்கிப் போனான்.

அரண்மனைக்காரர் வீடு சலனமற்றுக் கிடந்தது. முன்கட்டில் ஆட்கள் இருப்பதற்கான சுவடே தெரியவில்லை. பின்கட்டுக்குப் போனான். நிசப்தம் புதைந்துபோயிருந்தது. வாசற்படிமேல் அக்காவின் செருப்பு கிடந்தது. ஒட்டி அரண்மனைக்காரரின் செருப்பும் கழற்றப்பட்டிருந்தது.

சோமன் வாசற்படியோரம் நின்று உள்ளே எட்டிப் பார்த்தான். நடை அகன்று கிடந்தது. தாழ்வார இருட்டில் எதுவும் தெரியவில்லை

உள்கட்டில் மூச்சொலிகள் இரைந்துகொண்டிருந்தன. கோபம் எழுந்தது. அதற்குமேல் அங்கு நிற்க முடியவில்லை. திரும்பி வந்துவிட்டான். அக்கா வீடு திரும்பியதும் கேட்க நினைத்திருந்தான். ஆனால், அக்காவைப் பார்த்ததும் ஏனோ கேட்க முடியவில்லை. எதுவுமே நடவாததுபோலவே அக்கா இயல்பாகவே இருந்தாள். இரவு சாப்பாட்டின்போது அக்கா அரண்மனைக்காரரைப் பற்றி பேசினாள். சோமனுக்கு எரிச்சல் ஏற்பட்டது. எழுந்து வீட்டைவிட்டுக் கிளம்பினான்.

போயர் வளவுக்குள் சண்டை நடந்துகொண்டிருந்தது. இரு கிழவிகள் சண்டைகட்டிக் கொண்டிருந்தனர். அக்கிழவிகள் கெட்ட வார்த்தைகளில் திட்டிக்கொள்வது வளவு கடந்தபின்பும் கேட்டது.

சோமன், கவுண்டர் வளவுக்குள் நுழைந்தான். அரண்மனைக்காரரின் கார் வெளிச்சம் கண்ணைக் கூச எதிரில் வந்தது. இந்நேரத்தில் அரண்மனைக்காரர் தெற்கு வெளியூரில் உள்ள வைப்பாட்டிமார் வீடுகளுக்குக் கிளம்பிப் போவதாகத்தான் பட்டது. கல்லை எடுத்து வீசி கார் கண்ணாடியை உடைக்கும் வன்மம் பீறிட்டது. பொறுத்துக்கொண்டு நடந்தான். தலைக்கு மேலாக எரி நட்சத்திரங்கள் எரிந்து சரிந்தன. பஜனை மடத்து கல்திண்ணைக்கு வந்தபோது, ஏற்கெனவே உட்கார்ந்திருந்த ஒருவனும் எழுந்து போனான். விநாயகன்கோவில் படிக்கட்டில் உட்கார்ந்து பேசியபடி இருந்த சிலர்கூட எழுந்துபோனார்கள்.

சோமன் அங்கேயே உட்கார்ந்தான். பஜனை மடத்து கல்திண்ணை சூடேறிக் கிடந்தது. நிலா தேயும் நாளில் சாம்பல் நிற வானம் துலங்கிற்று. சோமனுக்கு யோசனை முடிவற்று நீண்டது. நேரம் கடந்துகொண்டிருந்தது. ஒருநிலையில், இருளில் தனித்துவிடப்பட்டவன்போல உணர்ந்தான். மேகாற்றின் விசை குறைந்திருந்தது. வீட்டுக்கு எழுந்துபோக நினைத்தான். திடீரென ஜலமூலையில் மின்னல் படர்ந்து போயிற்று. சற்றுநேரத்தில் ஏறி மின்னிற்று. முகில்கூட ஏறி வந்தன. விண்மீன்கள் மறைந்து போய்விட்டன.

மழைக்காலம் தொடங்கிவிட்டது. ஆடி மாதத்தில் நான்கைந்து தினம் பகலில் உக்கிரம் கண்டு இரவில் மழை பொழிந்தன. ஆவணி முதல் தினத்திலிருந்தே கனத்து மழை இறங்கியது. ஐப்பசி அடைமழையின்போது ஊர் செழித்துவிட்டது. கிணறுகளில் நீர்க்கடைபோயின. தவளைகள் பாம்பேரிமீது ஏறி கத்தின. உரம்பு எடுத்துவிட்டது. ஓடக்கரையில் முழங்கால் நீர் ஓடியபடி இருந்தது. மீன்கள் ஆற்றிலிருந்து எதிர்த்து ஊர்க்குளம் வரை வந்திருந்தன. இரவில் எருக்கு மணக்கும் காற்று ஊரை தழுவிப்போயிற்று.

சோமனுக்கு கிணறு வெட்டும் வேலையே இல்லை. வேறு வேலையே அறியாத சோமன் வீட்டோடவே கிடந்தான். மீறினால் பஜனை மடத்து கல்திண்ணையில் அமர்ந்து ஊரைப் பார்த்தபடியே இருந்தான். ஐப்பசி இறுதியில் புயல் படுத்துவிட்டது. மூன்று தினங்களாக நிற்காமல் மழை கொட்டிக்கொண்டிருந்தது. வானம் கவிழ்ந்துகொண்டது.

வெளிவாங்குவது மாதிரியே தெரியவில்லை. கீகாற்று விரசலெடுத்துவிட்டன. கூரைத் தண்ணீர் விழுந்து சுத்திண்ணைகள் எல்லாம் பாசம் மண்டிவிட்டது. மதியத்தில்கூட வெளிச்சம் மங்கி யிருந்தன. முகில் தாழ்ந்து இருட்டிக்கொண்டு வந்தது.

சோமன் நிலவடியில் உட்கார்ந்து மழை பெய்வதையே பார்த்துக் கொண்டிருந்தான். தூறலோடு ஊர் ஆழ்ந்துவிட்டது. நீர் சொட்டும் சீமையோட்டு முகடுகளுக்கு நிறம் அடர்ந்தன. அரண்மனைக்காரர் தொழுவத்திலிருந்து அக்கா நனைந்துகொண்டே வந்தாள். சோமனைத் தாண்டி விட்டுக்குள் சென்றாள். ஈரம் சொட்டிய பாதம் சாணி சொட்டிய பாதம் சாணி மொழுகிய தரையில் படிந்துபோனது. சோமன் எதுவும் கேட்கவில்லை. அக்கா பின்புறம் பொடக்காலிக்குப் போய் குளித்தாள்.

சோமன் அக்காவின் செயல் விநோதமாகத் தெரிந்தது. உடை மாற்றிக்கொண்ட அக்கா, சிறிதுநேரத்தில் மழையில் நனைந்தபடி மறுபடியும் வெளியே கிளம்பிப் போனாள். இப்போதும் சோமன் எதுவும் கேட்கவில்லை. பார்த்தபடியே இருந்தான். காற்று அடர்ந்த குளிருடன் வீசியது. மழைத்துளிகளை சுழற்றிச் சிதறடித்தது.

சாயங்காலத்தில் மழையின் கனம் கொஞ்சம் குறைந்திருந்தது. சோமன் எழுந்து ஊருக்குள் போனான். ஊர்ச்சனங்கள் புயல் இன்னும் கரையைக் கடக்கவில்லை எனப் பேசிக்கொண்டிருந்தார்கள். திரும்பி வந்துவிட்டான். மறுபடியும் நிலவடியிலேயே உட்கார்ந்தான். அக்காவின் நினைப்புகளாக ஓடியது. மழை இருள் சீக்கிரம் வியாபித்தது. வீட்டில் விளக்குகூட ஏற்றவில்லை. அன்று இரவு வெகுநேரமாகியும் அக்கா வீடு திரும்பவில்லை.

சோமனுக்கு சந்தேகம் உண்டானது. மனசு அடித்துக்கொண்டது. அரண்மனைக்காரர் வீடு சென்று கேட்டான். அவர்கள் அக்கா மதியமே போய்விட்டதாகச் சொன்னார்கள். சோமனுக்குப் பதற்றம் கூடியது. இந்நேரம்வரை அக்கா எங்கே போயிருப்பாள்?

ஊருக்குள் அக்கா போகுமிடமெல்லாம் போய்க் கேட்டுவிட்டு வந்தான். யாரும் அக்காவைப் பார்த்ததாகவே சொல்லவில்லை. நேரம்

கடந்துகொண்டிருந்தது. சோமன் களைத்துப்போய் வீடு திரும்பினான். வீதி வெறிச்சோடிக் கிடந்தது. மழைநீர் எங்கும் பெருக்கெடுத்து ஓடிக்கொண்டிருந்தது. காலடித்தடம் தெரியாமல் மழை இருட்டு அடர்ந்திருந்தது. அதற்குள் போயர் வளவுக்குள் விஷயம் தெரிந்துபோயிருந்தது. கூட்டம்கூட்டமாக நின்று பேசிக்கொண்டிருந்தார்கள்.

சோமனுக்கு அந்த இரவெல்லாம் உறக்கமே வரவில்லை. விழித்தபடியே உட்கார்ந்திருந்தான். அக்காவின் ஞாபகங்களாகவே வந்துகொண்டிருந்தன. நடுச்சாமத்திற்குப் பின்பு மழை கொஞ்சம் ஓய்ந்தது. வறத்தவளைகள் சப்தம் எழுப்பத் தொடங்கின.

விடிகாலையில் கீகாற்று திரும்பவும் வேகமெடுத்தது. சோமன், புயல் கரையைக் கடந்திருக்கக்கூடும் என நினைத்தான். கிளம்பி வளவுக்குள் போய்விட்டு வந்தான். அக்காவைப் பற்றிய தகவல் எதுவும் கிடைக்கவில்லை.

அன்று சாயங்காலம் வானம் சிறு வெட்டாப்பு விட்டது. முகில்கள் கலைந்தோடிக் கொண்டிருந்தன. சோமனை வீதியிலிருந்து யாரோ கூப்பிட்டார்கள். குரல் மட்டும் வந்தது கொங்காடைக்குள் இருந்து. கூப்பிட்டவனின் முகம் சட்டென அடையாளம் தெரியவில்லை.

சோமன் கிளம்பி வீதிக்குப் போனான். அந்த ஆள் சோமனிடம் குசுகுசுவெனப் பேசினான். சோமன் அந்த ஆளுடன் அப்படியே கிளம்பிப் போனான். இருவரும் விரைசலாக நடந்தார்கள். பதற்றம் கூடியபடி இருந்தது.

தெற்கு வெளிப்பாதை சேறாகக் கிடந்தது. பாதங்களை வழுக்கிற்று. கொறங்காட்டு இட்டேரியில் தண்ணீர் தேங்கி நின்றது. செம்பூத்து விரைந்து குரல் கொடுத்துக் கொண்டிருந்தது. ஓடைக்கரையில் காட்டு வெள்ளம் ஓடும் ஓசை கேட்டது.

தொலைவில் போகும்போதே சோமன் குளக்கரைமீது சிறு கூட்டமிருப்பதைக் கண்டான். நெருங்கிப்போய் எட்டிப் பார்த்தான். பிணம் கரை ஒதுங்கி இருந்தது. உடம்பு உப்பிப் போயிருந்தது. சேலை கலைந்து அலங்கோலமாகக் கிடந்தது. அக்காவின் சுருள்கொண்ட கேசம் ஈரம்பட்டுத் திரிந்து போயிருந்தது. சோமனுக்கு அழுகை விசும்பிக்கொண்டு வெளிப்பட்டது. அழக்கூடாது என நினைத்தான். முகத்தை இறுக்கமாக்கிக் கொண்டான். போயார் வளவிலிருந்து ஆட்கள் வந்ததும் ஆகும் காரியத்தைப் பார்த்தார்கள்.

அதற்குள் அரண்மனைக்காரருக்கும் தகவல் தெரிவிக்கப்பட்டது. அவர் இருட்டுவதற்குள் பிணத்தை எடுத்து அடக்கம் செய்யும்படி சொன்னார். தாமதமானால் போலீஸ் கேஸ் ஆகி பிரச்சனை வந்துவிடும்

என பயமுறுத்தினார். சோமனோடு குழிவெட்ட வேறுசில ஆட்களும் வந்தார்கள். அப்போதும் மழை லேசாக தூறிக்கொண்டுதானிருந்தது. அந்த வெளிச்சம் மங்கிக்கொண்டு வந்தது. மழையில் நனைந்த திரகவள்ளி மரம் ஓடையெங்கும் திமிறிக் கிடந்தது.

கரையில் மேற்கேயிருந்து வந்துகொண்டிருந்த மழைவெள்ளம் வடிந்துகொண்டிருந்தது. மேடான இடம்பார்த்து குழிவெட்டினார்கள், ஈரம் சொதும்பிய மண் மம்முட்டியைப் பிடித்துக் கொண்டது. அக்காவை குழிமேட்டிற்கு எடுத்துவரும்போது இருட்டத் தொடங்கிற்று. இடத்தில் யாரோ சொன்னார்கள்:

“பொண்ணு முழுகாம இருந்திருக்கா.. சீரச் செஞ்சு அடக்கம் பண்ணீரலாம்..”

சோமனுக்கு மறுபடியும் அழுகை உடைந்துகொண்டு பீறிட்டது. சிரமப்பட்டு அடக்க முயன்றான். தண்ணீர் சுத்தி போட்டதும் சோமனிடம் கத்தியைக் கொடுத்தார்கள். கோடித்துணியை விலக்கினான். அக்காவின் விறைத்த வயிறு மேடிட்டிருப்பதுபோலவே தெரிந்தது. திடீரென, முதியவர் ஒருவர் சப்தமாக மந்திரம் படித்தார். சுற்றிலும் நின்ற கூட்டம் பெட்ரோமாக்ஸ் விளக்கை தூக்கிப்பிடித்தது. கத்தியை அக்காவின் வயிற்றில் வைத்தான். கைகள் நடுங்கின. தொண்டை அடைத்தது. அதன்பின்பு எல்லாமே அனிச்சை செயல்போலவே நடந்தேறின.

அக்காவின் பதினோறாம் காரியம் முடிந்த அன்று திரும்பவும் மழை பிடித்துக்கொண்டது. இரு தினங்களுக்குப் பின்பு ஓய்ந்தது. அதனைத் தொடர்ந்து அந்த வாரமெல்லாம் வானம் மோடம்போட்டிருந்தது. எந்நேரமும் மந்தகாசமாகவே இருந்தது. மழைநாளில் அக்கா வெளியே கிளம்பிப்போன காட்சி மனசுக்குள் ஒரு சித்திரம்போலவே படிந்திருந்தது. திரும்பத் திரும்ப ஞாபகம்கொண்டு கிளர்ந்தது. வீட்டில் படுத்தால் உறக்கமே வருவதில்லை. ஆழ்ந்த துயில்கொண்டு பல இரவுகள் ஆகிவிட்டன. வீடு வெறுமையானதுபோல இருந்தது.

சோமன் பஜனை மடத்து கல்திண்ணைக்குப் போய், சதா உட்கார்ந்தபடி இருந்தான். பனிக்காலம் முடிவுறும்வரை சோமனுக்கு இப்படியே பொழுதுபோயிற்று. அந்தச் சமயத்தில் அரண்மனைக்காரர் தலைகுனியும்படியான ஒரு சம்பவமும் ஊருக்குள் நடந்தேறியது. சமையற்கட்டி பண்டாரம்தான் அதனை முதலில் வெளியிட்டான். சோமனுக்குக்கூட அந்த விஷயம் தெரிந்தே இருந்தது.

சில மாதங்களாகவே அரண்மனைக்காரர் தெலுங்கு நாட்டியக்காரி ஒருத்திமீது மோகம்கொண்டு அலைந்தார். அந்த நாட்களில்

நாட்டியக்காரி படத்திலும் நடித்து பிரபலமாகியிருந்தாள். அவளுக்கு தூதுமேல் தூதாக அனுப்பிக்கொண்டிருந்தார். ஒரு நிலையில் அவளும் இசைந்து வந்தாள். அரண்மனைக்காரர் தன் காரை பரிசளிப்பதாக ஒப்பந்தம் போட்டுக்கொண்டார். அந்த நாட்டியக்காரி அரண்மனை வீட்டுக்கு வருவதற்கான நாள் குறிக்கப்பட்டது. அதற்குமுன் ஏற்பாடாக அரண்மனைக்காரர் தன்வீட்டுப் பெண்களை உறவினர் ஊர்களுக்கு அனுப்பியும் வைத்திருந்தார். விடிந்தால் அந்த நாட்டியக்காரி அரண்மனை வீடு வரப்போகிறாள். அப்போதுதான் அரண்மனைக்காரருக்கு அன்று கோர்ட்டில் சம்மன் இருப்பது தெரியவந்தது. அந்த நாட்டியக்காரி வந்தால், தங்க வைக்கும்படி ஆட்களிடம் சொல்லிவிட்டு தாராபுரம் கிளம்பிப்போனார். அங்கு விசாரணை இழுத்துக்கொண்டு போக ஊர் திரும்ப சாயங்காலம் ஆயிற்று.

அரண்மனை வீட்டுவாசலியே ஆட்கள் எல்லாம் நின்றிருந்தார்கள். நாட்டியக்காரியை எதிர்பார்த்து வந்த அரண்மனைக்காரர் கவலை தோய்ந்த ஆட்களின் முகத்தைக் கண்டதும் திகைத்துப் போனார்.

"என்னடா ஆச்சு?"

"சொன்ன நேரத்துல ஆவுங்க டான்னு வந்துட்டாங்க எசமான்... கூடவே நாலஞ்சு தடிப்பயல்களையும் கூட்டிட்டு வந்திருந்தாங்க... நீ வந்தபாடில்லை. அவுங்க டைம் முடிஞ்சு போச்சு... நான் காரை எடுத்துட்டு கௌம்பறேன்னு சொல்லி காரை எடுத்துட்டுப் போயிட்டாங்க" அரண்மனைக்காரர் அப்போதுதான் பார்த்தார். வெளி அசாரத்து கொட்டகையில் நின்ற காரை காணவில்லை. எரிச்சலோடு ஆத்திரமும் வந்தது.

"நீங்க எல்லாம் என்னடா பிடுங்கினீங்க..?'

"அந்த ஆளுங்க துப்பாக்கியெல்லாம் வெச்சிருந்தாங்க எசமான், பயந்துட்டோம்..."

அரண்மனைக்காரருக்கு அவமானமாக இருந்தது. வீட்டுக்குள் சென்று கதவை சாத்திக்கொண்டார். இந்த விசயம் எப்படியோ ஊருக்குள் கசிந்திருந்தது. ஆனாலும் ஊர்சனங்கள் எவரும் வெளிப்படையாக பேசப் பயந்து கிடந்தார்கள். ஒரு நாட்டியக்காரி யிடம் தன் காரை இழந்த அரண்மனைக்காரரின் தோரணை அதன்பின்பும் குறைந்தபாடில்லை. அதிகப்படியான கோபத்தையும் ஆதிக்கத்தையும் ஊருக்குள் காட்டியபடிதான் இருந்தார்.

அன்று சோமன் விநாயகன்கோவிலுக்கு வந்தபோது முன் இரவு கடந்துகொண்டிருந்தது. நிலா வெளிச்சம் பட்டு மரநிழல் பஜனை

மடத்து கல்திண்ணையின் விளிம்பில் இருந்தது. நிழல்விழுந்த பனிக்காலத்து சாமத்தில் ஊர் இறுக்கம் கவ்விக்கிடந்தது. தலைவாசல் சுற்றிலும் தனிமையானதாக இருந்தது. முகிலற்ற ஆகாசம் நட்சத்திர ஒளிபடர நிர்மலமாகச் சுடர்ந்தது. பார்த்தபடியே படுத்திருந்தான். உறக்கம் கண்ணைக் சொருகிக்கொண்டு வந்தது. திடீரென யாரோ அருகில் வந்து நிற்பதை உணர்ந்தான். எழாமலேயே பார்த்தான். அரண்மனைக்காரர் நின்றிருந்தார்.

அரண்மனைக்காரர் தன்னைக்கண்டு எழாமல் படுத்திருந்த சோமனை முதலில் அசலூர்க்காரன் என நினைத்துவிட்டார். செறுமிப் பார்த்தார். சோமன் எழவேயில்லை. அரண்மனைக்காரருக்கு ஆத்திரம் வந்தது. செருப்புக்காலைத் தூக்கி சோமனை எட்டி உதைத்தார்.

சோமன் சட்டென எழுந்து உட்கார்ந்தான். அரண்மனைக்காரரை முறைத்தான். அரண்மனைக்காரருக்கு திரும்பவும் ஆத்திரம் வந்தது.

"ஓடு கவுத்தின ஒட்டப்பயலுக்கு... மனுஷன் வர்றது தெரியாதோ?" சோமன் பதில் பேசாமலேயே இருந்தான். அரண்மனைக்காரர் கெட்டவார்த்தையில் திட்டினார். திரும்பவும் செருப்புக்காலால் எட்டி சோமனை உதைத்தார். இந்தமுறை சோமன் நிலைதடுமாறிப் போனான். தலை போய் கல் திண்ணையில் மோதியது. பொறி கலங்குவதுபோல வலி உச்சந்தலைவரை பரவியது.

அரண்மனைக்காரர் திரும்பவும் உதைப்பதற்கு செருப்புக்காலைத் தூக்கினார். சோமன் சட்டென எழுந்து அரண்மனைக்காரரைப் பிடித்து தள்ளிவிட்டான். நிலை தடுமாறி அரண்மனைக்காரர் தரையில் போய் விழுந்தார். புழுதி பறந்தது. அருகில் போய் சோமன் சொன்னான்:

"அந்த தெலுங்கு நாட்டியக்காரியைப் போயி ஒதைக்கறதுதானே?"

அரண்மனைக்காரர் விழுந்த நிலையில், எதுவும் பேசாமலேயே சோமனை வெறித்தார். கண்கள் இமைக்காமல் இருந்தன. எழும்பிய காலடிப் புழுதிகாற்றில் மறைந்துகொண்டிருந்தது. அரண்மனைக்காரர் எழுந்து விரைசலாக ஊருக்குள் போனார். அநேகமாக, அடிப்பதற்கு ஆட்களோடு திரும்புவார் என சோமன் யூகித்தான். பயம் எழுந்தது. சோமன் அங்கு நிற்காமல் தெற்கு வெளிப்பாதையில் கிளம்பினான். ஊருக்குள் நாயின் குரைப்பொலி திடீரென கேட்டது. விரைசலாக நடந்தான். நாகசர்ப்பம்போல நெளிந்துபோயிற்று தெற்கு வெளிப்பாதை. ஆள் அரவமற்றுக் கிடந்தது. வழிநெடுக ஆவாரஞ்செடிகள் பூத்திருந்தன.

உழிஞ்ஞை மரங்கள் அடர்ந்த ஓர் இட்டேரியில் பிரிந்து நடந்தான். குளக்கரை நீரில் கருவேலம் மரங்கள் விறைத்து நின்றன. ஆள்காட்டிகள்

வீறிட்டபடி பின்தொடர்ந்து வந்தன. கொறங்காட்டு வெளிகளை கடந்தபோது தட்டை கொடிப்பூக்களின் வாசனை நிறைந்து இருந்தது.

தொரட்டி மரநிழலில் ஒற்றை கருப்பணசாமி ஏகாந்தமாய் உட்காந்திருந்தார். அதன் முன்பிருந்த இடத்தில் போய் சோமன் உட்கார்ந்துகொண்டான். நிலம் குளிர்ந்துபோயிருந்தது. வாடைக்காற்று பனியோடு வீசியது. மினுக்கட்டாம் பூச்சிகள் ஒளிர்ந்து மறைந்தன.

சோமன் ஊருக்குள் எப்படிப்போவது என யோசித்தான். அரண்மனைக்காரரை அப்படி பேசியிருக்கக்கூடாதோ எனவும் நினைத்தான். ஊரின் நாலு மூலையிலும் அரண்மனைக்காரரின் ஆட்கள் தன்னைத் தேடிக் கொண்டிருப்பது போன்ற சித்திரமே மனசுக்குள் திரும்பத்திரும்ப எழுந்தது. பயம் கவிழ்ந்தது. விடிவதற்கு இன்னும் வெகுநேரம் இருந்தது. வெள்ளி மீன் தொடுவான விளிம்பில் முளைத்து மேலேறத் தொடங்கிற்று. நிலா யாவற்றையும் பார்த்தபடி உச்சியிலிருந்து சரிந்தது.

விடிந்தபோது மூடுபனி பெய்துகொண்டிருந்தது. மூடுபனி விலகியபோது பொழுது மேலேறியிருந்தது. சோமன் குளக்கரைப் பக்கம் வந்தான். தெற்கு வெளிப்பாதையிலிருந்து ஆட்கள் நிறைய ஊரைநோக்கிப் போய்க் கொண்டிருப்பதைக் கண்டான். சோமனுக்கு எதுவும் புரியவில்லை. அந்த ஆட்களிடம் போய்க் கேட்டான்:

“ஊருக்குள் ஏதாச்சும்?”

“உனக்குத் தெரியாதா... அரண்மனைக்காராரு செத்துப் போ யிட்டாரு..”

சோமனுக்கு பகீரென்று. அதுவரை உள்ளுக்குள் இருந்த வன்மம் எல்லாம் ஒருகணத்தில் வடிந்துபோனது. இரக்கம் பீறிடத் தொடங்கியது. ஊருக்குள் போனான். கவுண்டர் வளவிலிருந்து சோமனைத் தேடிக்கொண்டிருந்த ஆட்கள் சோமனைக் கண்டதும் சொன்னார்கள்:

“ராத்திரியிலிருந்தே அரண்மனைக்காரரெ காணல. தேடி யிருக்காங்க. பின்கட்டு உள் அறையில் நாண்டுகிட்டு கெடந்தத, கோழி கூப்பிடத்தாம் பாத்திருக்காங்க. ஆனா தூங்கும்போது மாரடைப்புல செத்ததா சொல்றாங்க.. நீ கௌம்பி சீக்கிரம் குழிமேட்டுக்குப் போ... இன்னிக்கு சாய்ங்காலத்துக்குள்ள எடுத்தரணும். இல்லீனா எவனாச்சும் தூண்டிவிட்டு போலீஸ் கேஸ் அது இதுன்னு ஆயிரும்..”

சோமன் வீட்டுக்குப் போய் மம்மட்டியையும் கடப்பாரையையும் எடுத்துக்கொண்டான். ஊரைப் பிரிந்து நடந்தான். கிழக்குமுகமாகப் போகும்போது வெயில் எங்கும் கானல் பரப்பிக்கிடந்தது. நேராக கழிமேட்டுக்கே போனனன். ஒவ்வொரு குழியாகப் பார்த்தான்.

சமீபத்தில் புதைத்த குழியில் மண் இறுகாமல் இருக்கும். தோண்டுவது சுலபமாகும். சட்டென சோமனுக்கு அக்காவின் குழிதான் ஞாபகத்தில் வந்தது. அங்கு சென்று தோண்டத் தொடங்கினான்.

இழவு வீட்டில் அடிக்கும் கொட்டுச்சப்தம் ஓடைக்கரையில் அமிழ்ந்துபோய் கேட்டுக்கொண்டிருந்து. அரண்மனைக்காரரை குழிமேட்டிற்கு எடுத்து வரும்போது பொழுது சாய்ந்துவிட்டது. சனங்கள் ஓடைக்கரை கொள்ளாமல் நின்றிருந்தனர். சோமன் குழிமீது இறக்கிவைத்திருந்த சவத்தை எட்டிப் பார்த்தான். இமைகள் மூடாமலே இருந்தது. நேற்று இரவு வெறித்ததுபோலவே இருந்தது. உடனே சோமன் பார்வையை திருப்பிக்கொண்டான். கூட்டத்தை உடனே விலக்கி, வெளியேறி நடந்தான். மஞ்சள் வெயில் படர்ந்த ஊர் வெளியில் இருள் கவியத்தொடங்கியிருந்தது.

●

விசுவாசம்

திருப்பத்திற்கு முன் வேகத்தடையில் பேருந்து மெதுவாகச் சென்றது. இவன் அவசரமாக இருக்கையிலிருந்து எழுந்தான். உட்கார்ந்திருப்பவர்கள் தூங்கி விழித்துக் கொண்டிருந்தார்கள். பின் படிக்கட்டுக்குப் போனான். பேருந்து குலுங்கியது. குதித்து இறங்கிக்கொண்டான். திடீரென பேருந்து திருப்பத்தில் மறைந்துவிட்டது. திருப்பம் தாண்டியதும் ஆலமரத்துடன் கூடிய பேருந்து நிறுத்தம் வரும். இவனுக்கு இன்னும் மங்கலாக ஞாபகத்தில் இருந்தது.

இவன் கடைவீதியை நோட்டமிட்டான். கடைகள் பெரும்பாலும் மூடியே கிடந்தன. மரப்பலகைகளுக்கு வெளியே சிலர் போர்வையால் மூடிப் படுத்திருந்தனர். எதிரில் ஒரே ஒரு கசாப்புக் கடை மட்டும் திறந்திருந்தது. தோலுரித்து தொங்கவிடப்பட்டிருந்த வெள்ளாட்டுக் கறியை ஈக்கள் மொய்த்துக்கொண்டிருந்தன. வாங்குவோர் யாருமில்லை. கசாப்புக் கடைக்காரர் இவனையே பார்த்தார். கசாப்புக் கடைக்காரரின் பழுப்புநிற முண்டாசு பனியனெங்கும் ரத்தக்கறை படிந்து கிடந்தது. எங்கோ சேவல் கூவிற்று.

இவன் வந்தவழியே திரும்பி சாலையோரமாக நடக்கத் தொடங்கினான். விடிந்து சற்றுநேரம்தான் ஆகியிருந்தது. பொழுதுகூட இன்னும் கிளம்பவில்லை. இவன் வந்த பேருந்து இப்போதுதான் நிறுத்தத்தில் நின்று கிளம்பும் முறைச்சல் கேட்டது. நேற்றிரவு பெய்த மழைகூட இந்த ஊருக்கு இறங்கவில்லை. கார்மழையற்ற வறட்சி ஊரெங்கும் தொற்றியிருந்தது. காற்றில்கூட மெல்லிசாய் புழுதி பறந்தது. இந்த ஊருக்கு இவன் ஏற்கெனவே

இருமுறை வந்திருந்தான். அப்பாதான் கூட்டிவந்தார். அப்போது இவனுக்கு அரும்பு மீசை பிராயம். பத்து வருடத்தில் கடைவீதி பெரிதாக மாறவேயில்லை. அன்று கண்டதுபோலவே இருந்தது.

இவன் தெற்காகப் பிரிந்த குறுகிய தார்ச்சாலையில் இறங்கி நடந்தான். தார்ச்சாலையையே வாசலாகப் பாவித்து சில பெண்கள் நீர் தெளித்துக் கோலமிட்டிருந்தனர். ஆட்கள் தென்படுவதே அரிதாக இருந்தது. சீமையோட்டு வீடுகளில் பெரும் நிசப்தம் கவிழ்ந்து கிடந்தது. அடுப்புப்புகை கசியும் ஒரு கூரையின் மேலாக தெரிந்த பப்பாளி மரத்தில் மரங்கொத்தி அமர்ந்து பிசிறுடன் குரலெழும்பியது, இவன் நடையில் வேகம் கூட்டினான்.

ஊர் முடிந்ததும் இடப்புறம் அமராவதி ஆறு தெரிந்தது. முழங்கால் அளவுக்குமேல் நீர் ஓடிக்கொண்டிருந்தது. வெறுமேலோடு நின்று ஒருவர் வேட்டியை பாறையில் தப்பும் ஓசை எதிர்க்கரையில் எதிரொலித்துக் கேட்டது. கண்ணுக்கெட்டும் தூரம்வரை சாலை வெறிச்சோடியிருந்தது. இருபுறமும் குடைச்சீந்தை மரங்கள் கவிழ்ந்து கிடந்தன. வாதுக்களுக்குள் தவிட்டுப்புதர்கள் விட்டுவிட்டு அணத்தின.

இவன் அப்பாவை நினைத்துக்கொண்டு நடந்தான். இத்தனை வருஷத்திற்குப்பின் அப்பா குடும்பத்தோடு வந்துசேரணும் என நினைத்தது. புதிராகவே இருந்தது. நேற்று அரண்மனை வீட்டிலிருந்து ஆள் வந்து சொன்னதும் தாழ்வாரத்தில் அமர்ந்து பூக்கட்டிக்கொண்டிருந்த அம்மா கண்கலங்கிப் போனாள். வந்த ஆள் திண்ணையில் அமர்ந்து சாவகாசமாகப் பேசினார். வந்த ஆள் புறப்பட எழுந்தபோது திடீரென மழை இறங்கிவிட்டது. மேமாசி கருக்கல். பெரிய பெரிய துளிகளாய் விழத் தொடங்கின. இவன் குடை எடுத்துக்கொண்டு வந்தான். வந்த ஆள் இவனோடு குடைக்குள் வந்து ஒடுங்கினார். மின்னலின் பிரதிபலிப்புகள் பெருகி ஓடும் மழைநீரில் நெளிந்தன. இடியோசை கேட்டு நிலம் நடுங்கியது. சட்டென மழை மேலும் அடர்ந்தது. இருளும் விடிந்துவிட்டது. வீதி முனைவரை கூட்டிப்போனான். பேருந்து வந்ததும் வந்த ஆள் ஓடிப்போய் ஏறிக்கொண்டார். இவன் திரும்பி வீட்டிற்கு வந்தபோது தாழ்வாரத்தில் ஒரே சப்தமாக இருந்தது. குடையை மடக்கி எறப்பில் தொங்கவிட்டுவிட்டு உள்ளே போனான். கடைக்கு ஆரம் எடுத்துப்போக வந்த அண்ணன் அம்மாவிடம் கத்திக்கொண்டிருந்தான்.

"நாலு கொழந்தையோட உன்ன நிக்கதியா ஒட்டுட்டு ஓடினவன்தானே அந்த ஆளு... பதிமூணு வயசுல வேலைக்குப் போயி குடும்பத்த காப்பாத்தினவ நானு. இந்த நாஞ் சம்பாதிச்சு வாங்கின வூடு. அந்த ஆள ஆராச்சும் இங்க கூட்டிட்டு வந்தீங்கன்னா காலத் தறிச்சுப் போடுவேன். அந்த ஆளு எந்த மொகரக்கட்டைய வெச்சுக்கிட்டு இங்க வர்றேனு சொல்லுறான்."

இவன் எதுவும் பேசாமல் நின்றுகொண்டான். அண்ணன் ஆரத்தை கையில் கோ(ர்)த்து எடுத்துக்கொண்டான். வாசற்படி இறங்கிப்போனான். திரும்பிப் பார்த்து மறுபடியும் கத்தினான்:

“அந்த ஆளு வீதியில் கெடந்து புளுத்து சாவட்டும்... அப்பவாவது தெரீட்டு, பொண்டாட்டி புள்ளையோட அருமை..”

அண்ணன் விரைசலாக போய்விட்டான். மழை ஓய்ந்தது. தாழ்வாரத்து கூரை நீர் கொட்டிட்டது. அம்மா அழுகையை அடக்க முடியாதவளாய் உள்ளே எழுந்துபோய் விசும்பினாள். தரையில் கொட்டிய செவ்வரளியும் வாழை நாரும் அப்படியே கிடந்தன. இரவு சாப்பாட்டின்போது அம்மா இவனிடம் பேசினாள்:

“அந்த மனுஷனுக்கு ஒடம்புகீது செரியில்லையோ என்னமோப்பா... வெடிஞ்சதியும் போயீ ஒரு எட்டு பாத்துட்டு.. கூட்டிட்டு வந்துரு...”

இவன் பதில் பேசவில்லை. தாழ்வாரத்து வெறும் தரையிலேயே படுத்தான். குளிர்ந்திருந்தது. செவ்வரளி வாசனை வீசிற்று. உறக்கமே வரவில்லை. கண்களை மூடிக்கொண்டான். அம்மாவின் அழகு முகம் திரும்பத் திரும்ப நினைவுக்குள்ளேயே வந்தது. காற்று பலமாக அடித்தது. மழை சடசடத்து இறங்கும் ஓசை காற்று பலமாக அடித்தது. விழித்துக்கொண்டு யோசித்தான். மேலும் நேரம் கடக்க மறுத்தது. மூன்றாம் சாமத்திலேயே எழுந்தான். கூடத்தில் படுத்திருக்கும் அண்ணனுக்குத் தெரியாமல் கிளம்பினான். வானம் வெளிவாங்கி யிருந்தது. வீதியில் மழைநீர் வடிந்திருந்தது. ஈரக்காற்றில் உடம்பு சில்லிட்டது. கறம்பை எலிகள் குறுக்காக ஓடின. ஊர் ஆழ் உறக்கத்தில் கிடந்தது. தாராபுரம் வந்து சேர்ந்தபோது, நாலேகாலுக்கு முதல் பேருந்து என்றார்கள். காத்திருந்து ஏறிக்கொண்டான். அதன்பின் மழை இறங்கவேயில்லை. கருத்த மேகங்கள் மேற்காக நகர்ந்தன. கிழக்கு வெளுத்து இருள் கலைந்தது.

இவன் காலடியில் நத்தை வெள்ளை கோடிட்டபடி தார்ச்சாலையைக் கடந்துகொண்டிருந்தது. சைக்கிள் கேரியர் மரப்பெட்டியில் வெள்ளாட்டைவைத்து கட்டிக்கொண்டு ஒருவன் எதிரில் வந்தான். கருத்த் தலையை மட்டும் வெளியே நீட்டியிருந்த வெள்ளாடு கத்தியபடி போனது. பொழுது கிளம்பிவிட்டது. புதுப்பாளையம் தலைவாசல் எங்கும் புளியமரங்கள் தெரிந்தன. மதில் திறந்தே கிடந்தது. தென்னங்கீற்று பந்தல் பாதி வாசல்வரை போடப்பட்டிருந்தது.

உதைகாலில் முல்லைக்கொடி ஏறியிருந்தது, திண்ணையோரம் வரிசை யிட்டிருந்த செம்பருத்திகளில் மொட்டுகள் விரியத் தொடங்கியிருந்தன. இவன் தயங்கியபடி உள்ளே நுழைந்தான். நாய் எதையும் காணவில்லை. முன் ஆசாரத்தில்கூட ஆட்கள் எவரும் தட்டுப்படவில்லை. ஆட்கள் உள்ளேயும் நடமாடும் ஒலியே இல்லை. சுவரோரம் இரண்டு

மரக்கட்டில்கள் கிடந்தன. காரைத்தளத்தில் தூண்களின் நிழல் படிந்திருந்தது. வீடெங்கும் சலனமற்ற நிசப்தம் இருந்தது.

இவன் யோசித்தபடியே நின்றான். வாசற்படியில் செருப்புகள்கூட கழற்றப்படவில்லை. மதில்மீது நின்றிருந்த சேவல் றெக்கையடித்து கூவிக்கொண்டே இருந்தது. இவனுக்கு சலிப்பேற்பட்டது. வெகுநேரத்திற்குப்பின் ஒரு முதிய பெண்மனி உள்வாசலில் வந்து இவனைப் பார்த்தாள். அமைதியாகவே பார்த்துக்கொண்டு நின்றாள்,

"ஆருப்பா நீ?"

அதிகாரத் தோரணையான ஒரு குரல்.

"பண்டாரத்து பய்யனுங்க... கூட்டுட்டு போக வந்திருக்கனுங்க.?"

அந்த கூறிய முதிய பெண்மணி நிதானமாக வாசற்படி ஏறி ஆசாரத்திற்கு வந்து நின்றார். தூணைப் பிடித்து நின்றபடி பேசினார்:

"உங்கப்பனுக்கு இந்த ஆறு மாசமாகவே ஊட்டு ஞாபகம்தான்... கடெசி காலத்துல எப்படியாவது பொண்டாட்டி புள்ளையோட போய் ஒன்னு சேர்ந்துக்கனும்னு ஒரே ஆசை... அப்புறந்தான் நான் ஆள் அனுப்பினேன்."

இவன் மௌனமாகவே நின்றிருந்தான். கொஞ்சநேரம் எந்தப் பேச்சுமற்றுப் போனது.

"சரி. சித்த நேர வாசற்படியில் உக்காந்திரு... நாம் போயி உங்கப்பன வரச் சொல்லறே.."

அந்த முதிய பெண்மணி திரும்பி உள்ளே நடந்தார். இவனை மறுபடியும் ஆசாரத்தைப் பார்த்தான். சுவரில் கருப்பு வெள்ளை ஒளிப்படங்கள் வரிசையாக மாட்டியிருந்தன. சற்றுப் பெரிதான ஒரு ஒளிப்படத்தின்முன் தலைசிரைத்த, குடுமி முடிந்த மூன்று இளைஞர்கள் ஒட்டி நின்று சிரித்துக்கொண்டிருந்தார்கள். உள்ளேயிருந்து அப்பா வரவில்லை. இவன் பார்வையை வெளிப்பக்கம் திருப்பினார்கள். ஏறுவெயிலுக்கு மதிலின் நிழல் பாதி வாசல்வரை விழுந்து படர்ந்திருந்தது. மதிலோர வேலாம் மர வாதுகளிலிருந்து காகங்கள் கரைந்தபடி எழும்பிப் பறந்தன. உள் வாசலில் பேச்சரவம் கேட்டது. இவன் மறுபடியும் உள்வாசலைப் பார்த்தான். அப்பா அந்த முதிய பெண்மணியின் காலில் விழுந்து எழுந்துகொண்டிருந்தார். பின் ஆசாரத்துக்கு வந்தார். மஞ்சள் பையை கக்கத்தில் வைத்துக்கொண்டு சுவரில் மாட்டப்பட்டிருந்த ஒளிப்படங்களையும் பார்த்து வணங்கினார். முன்தலை சிரைத்த குடுமி வைத்திருந்த மூன்று இளைஞர்கள் ஒளிப்படத்தை நெருங்கினார். அதன் பாதங்களில் கைகளை வைத்து எடுத்து கண்களில் ஒற்றிக்கொண்டார்.

அந்த முதிய பெண்மணி உள்வாசலில் நின்று பார்த்தபடி இருந்தார். இவ்வளவு பெரிய வீட்டில் ஆள் புழக்கமே இல்லாதது இவனுக்கு வியப்பாக இருந்தது. அப்பா கிட்டத்தில் வந்தார். வயது ஒடுக்கியிருந்தது தளர்ந்துபோயிருந்தார். ஏனோ சவரம்செய்யாத முகத்தில் துயரம் கடைவாயின் இருபக்கமும் சிவந்த புண் இருந்தது. அப்பா வாசற்படி இறங்கினார். இவனும் கூடச் சேர்ந்து நடந்தான். சாலைக்கு வந்ததும் அப்பா நின்றார். திரும்பி அரண்மனை வீட்டைப் பார்த்து ஒருமுறை கையெடுத்துக் கும்பிட்டார். பின் இவனைப் பார்த்தார். ஆதங்கமாகப் பேசினார்:

"பெரிய எசமாங்களுக்கு நான் சமைக்கலையின்னா சோறே எறங்காது. மூணு வேளையும் மொளகு ரசம் சுடச்சுட வெக்கணும்... இங்க இருக்கற ஒரு ஆளுக்கு ஒழுங்கா மொளகு ரசம் வெக்கத் தெரியாது. இனி ராஜாங்கம் என்ன சிரமப்படப் போகுதோ..."

அப்பா பேசப்பேச வெற்றிலை எச்சில் தெதறித்தது. அப்போது ஊருக்குள்ளிருந்து நான்கைந்து மாடுகள் சாலைக்கு ஓடிவந்தன, மாடுகளின் பின்னால் சைக்கிளில் ஒருவன் சாட்டையுடன் மாடுகளை விரட்டிக்கொண்டு வந்தான். புழுதிப்படலம் எழும்பியது. ஊர் மறைந்ததும் சாலை அனாதரவானது, அப்பா மறுபடியும் ஆதங்கமாகப் பேசினார். எச்சில் தறித்தது.

"பெரிய எசமாங்க... வெள்ளக்கோவில் வெரைக்கும் ஒரு சோலி போயிருக்காங்க. இருந்து சொல்லிட்டு வந்திருந்தா நல்லா இருந்திருக்கும். ஐம்பது வருஷமா அவுங்க உப்பத்தின்ன வீசுவாசம.. இனி அந்த மகராசன் மொகத்துல முழிக்கிற பாக்கியம் கெடைக்குதோ... இல்லியோ..?"

அப்பா ஈரமான கண்களை துடைத்துக் கொண்டார். சாலை அந்த சத்தத்தில் தென்வடலாக போயிற்று. இருபக்கமும் குடைசீத்தை மரங்கள் ராட்டினம்போலக் கவிழ்ந்து கிடந்தன. பொழுது பனை உயரத்திற்கு மேலாக ஏறிவிட்டது. தார்ச்சாலையில் ஓணான் ஒன்று நடுங்கிக் கிடந்தது. இவனுக்கு முன்னால் நடந்துகொண்டிருந்த அப்ப திடீரென நின்றார்.

"சங்கரு... பக்கத்துலதான் ஆத்தோரமா ரெட்டினமூர்த்தி கோயிலு... எசமாங்களோட கொலதெய்வம்... நாம போயி பெரியெசமாங்க பேர்லயும் பெரியத்தா பேர்லையும் ஒரு அர்ச்சனை செஞ்சுட்டு வந்திருவோம்... அந்த புண்ணியவானும் புண்ணியவதியும் எப்பவும் நல்லா இருக்கணும்"

"இல்லப்பா, நீங்க போயிட்டு வாங்க... நா இங்கயே நிக்கறேன்."

அப்பா, தன் உள் ஒடுங்கிய கண்களால் ஒருமுறை இவனை நேராகப் பார்த்தார். பின்பு மஞ்சள் பையை இவனிடம் கொடுத்தார். அவசரமாக இறங்கி நடந்தார். குடைசீத்தை மரங்களினூடே சற்று தொலைவில் ஒரு மண்பாதை தெரிந்தது. மழை பெய்து மண்ணரித்த பள்ளம்தான் நடை தடமாக மாறியிருந்தது. வெயில் சுள்ளென்று எரித்தது.

இவன் வெறுப்புடன் குடைசீத்தை மரநிழலுக்குச் சென்று நின்றான். தவிட்டுப் புறாக்களின் உதிர்ந்த சிறகுகள் ஒன்றிரண்டு நிலத்தில் விழுந்துகிடந்தன. இவன் மேலே அண்ணாந்தான். முட்சிமிர்களுக்கிடையே கலைந்த கூடு இருந்தது. கட்டெறும்புகள் ஏறுவதும் இறங்குவதுமாக இருந்தன. ஆங்காங்கே அடி மரங்களை ஒட்டி புற்றுகள் எழும்பி இருந்தன. அப்பா இறக்கத்தில் மறைந்து போனார். இவன் மஞ்சள் பையை விரித்துப் பார்த்தான். இரண்டு காவி வேட்டி, ஒரு கைபனியன் ஒரு சுருக்குப் பை மட்டுமே இருந்தன. சுருக்குப் பையில் சில்லரை காசுகள் சில கிடந்தன. தூரத்தில் ஒற்றை செம்பூத்தின் தனிக்குரல் கேட்டது.

இவனுக்கு வயிறும் பசித்தது. சோர்வும் மண்டியது. தூக்கம் கெட்டதன் கனவும் இருந்தது. அந்த நேரம் பாடல் ஒலித்தது:

“விதிமதி மூல விவேகமிலார்க்கே..”

விதிமதி வெல்லும் விவாதம் விதிமதிகேட்கோர்..”

இவன் குரல் வந்த திக்கில் திரும்பினான். ஆற்றுத் தடத்தில் நேற்று வந்த ஆள் வெறுமேலோடு மேலேறி வந்துகொண்டிருந்தார். துவைத்த வேட்டியை வெயிலுக்குத் தூக்கிப் பிடித்திருந்தார். வந்த ஆள் அருகில் வரும்வரை இவன் அவரையே பார்த்துக்கொண்டு நின்றான்.

“என்ன தம்பீ... அதுக்குள்ள வந்து அப்பாவக் கூட்டிட்டிப் போறே..?”

இவன் சிரித்தான். வந்த ஆள் சுற்றும்முற்றும் பார்த்தார். பின் தணிந்த குரலில் பேசினார்:

“இங்க எல்லாம் ஈவு இரக்கமே கெடையாது. கடேசி சொட்டு ரத்தம் இருக்கறவரைக்கும் ஒழைப்ப உறிஞ்சிட்டுத்தான், சக்கைய தூக்கி எறியறாப்புல தூக்கி எறிவாங்க. இப்போ உங்க அப்பாவ அப்படித்தான் தூக்கி எறிஞ்சிருக்காங்க... ஆனா அவருக்கு அது புரியாது... கேட்டா விசுவாசம்பாரு.. வயசாயிருச்சி... சதாகாலமும் இருமறாரு... ரெண்டு நாளைக்கு முன்னால மொளகு ரசத்துல எச்சில் தறிச்சிருச்சு. ரசத்தையே ஜலதாரையில் ஊத்திட்டாங்க... அப்புறந்தான் உங்கப்பாவ கோளாறா வெளியேத்தறாங்க... நாளைக்கு காங்கேயத்துல இருந்து யாரோ புது சமயக்காரன் வர்றதா பேசிக்கிறாங்க”

வந்த ஆள் உள்ளங்கையில் நாம்பிலிருந்த மூக்குப்பொடி மட்டையை விரித்தார். விரல் நுனியில் ஒரு சிமிட்டளவு எடுத்து மூக்கில் திணித்தார். உறிஞ்சினார். செறுமிக் கொண்டார்.

“என்னமோப்பா... அந்த ரமண பகவான் உங்கப்பாவுக்கு எப்படியோ வழிவுட்டுட்டாரு... என் நெலமதான் ரொம்ப கஷ்டம். உங்கப்பாவுக்கு புள்ளகுட்டி இருந்ததால இப்ப நீங்க வந்து அழைச்சிட்டுப் போறீங்க... எனக்கு ஆரு இருக்கா... கடேசி காலத்துல இந்த ஆறுதான் கதி... எட்டு வயசுல அரண்மனை வேலைக்கு வந்தேன். இன்னிக்கு அம்பத்துநாலு வயசாகிப் போச்சு. ஒரு கல்யாணமில்ல... காட்சியில்ல.. காலம் போயிருச்சு... சாகறதுக்குள்ள ஒரே ஒருமுறை திருவண்ணாமலை போகனுமுன்னு ஆசை... அதுவே முடியாது போலிருக்கு... ம்ம்ம்... நாங் கெளம்பறேன். பண்டாரம் நல்ல மனுஷன். வயசான காலத்துல அவரு மனசு நோகாம பாத்துக்கங்க...”

வந்த ஆள் தார்ச்சலையில் ஏறி தெற்கே ஊரைப் பார்த்து நடந்தார். “விதி மதி மூல...” திரும்பவும் பாடல் தொடங்கியது. பின் பாடல் மெல்ல ஓய்ந்தது. முகில் கூட்டம் கிழக்கிலிருந்து மேலேறிக்கொண்டிருந்தது. புற்றை நோக்கி வந்த சீரிப்புள்ளைகள் ஆளைக் கண்டதும் வெருண்டோடின. அப்பா, நெற்றி நிறைய திருநீறு துலங்க வந்துசேர்ந்தார். இருவரும் தார்ச்சலையில் ஏறி வடக்கு முகமாகத் திரும்பினார்கள். அப்படி நடந்தபடி கேட்டார்:

“ஏம்ப்பா... இத்தன வருஷத்துக்குது பொறகு நீயும் அண்ணனும் என்ன ஊட்டோட வந்த இருக்கனுமுன்னு கட்டாயபபடுத்தறீங்க... இன்னும் கொஞ்சகாலம் இங்கேயே இருந்து இப்படியே போய் சேந்தரமாட்டனா?”

இவன் துணுக்குற்றான் அப்பவை உற்றுப் பார்த்தான்.

“அப்ப, நீங்க எங்களுக்கு ஆளனுப்பலையா?”

“நா எப்ப ஆளனுப்பினே... எனக்கு வயசாயிடுச்சு... ஊட்டோட கூட்டிப்போயி வெச்சுக்கறேன்னு சொல்லி நீயும் அண்ணனும் வர்றதாத்தானே பெரிய தாத்தா சொன்னாங்க...”

இவனுக்கு எல்லாம் புரிந்தது. மேற்கொண்டு எதுவும் பேசாமல் இருந்தான். வெயில் கூடிக்கொண்டு வந்தது. கொக்குகள் கிழக்கை இலக்காகிக்கொண்டு குவியல் குவியலாக பறந்து போய்க்கொண்டே இருந்தன. இவனுக்கு அந்த நேரத்தில் ஏனோ அண்ணன் ஞாபகம் வந்தது. சட்டென பெரும் பயம் சூழ்ந்தது.

●

உடுக்கை விரல்

தூரத்தில் பழநிமலைப் படிக்கட்டுகளும் உச்சிக்கோபுரமும் மின்சார விளக்கு ஒளியில் ஜொலிப்பது, படம் விரித்து நுனிவாலில் எழுந்து நிற்கும் நாகப்பாம்புபோல் எனக்குத் தெரிந்தது. வடக்கு முகமாகப் பாய்ந்துவரும் சண்முக நதியின் நாற்றாற்று மணல் திட்டில் நான் தென்கிழக்குத் திசைநோக்கி சம்மணமிட்டு அமர்ந்து இருந்தேன்.

"முருகா... அறுபடைநாதா... நான் ஆடுற கடைசிக் கூத்து இது. இருவத்தி ஆறு நாளு நடத்துற கூத்தை, இன்னிக்கு ஒரு ராத்திரியிலேயே உன்னை சாட்சியா வெச்சு ஆடப்போறேன். நான் உண்மையான கூத்துக்காரனா இருந்தா, மழை எறங்கணும்; கார் வெள்ளம் எடுக்கணும்; என்னை அடிச்சுட்டுப் போயி உன்னோடு சேர்க்கணும்."

குமிழியிட்டு ஓடும் ஆற்ற நீர்ப்பெருக்கின் சலசலப்பைத் தவிர நிசப்தம். மனித அரவம் அற்ற பீதியூட்டும் இருள்.

நான் இடது கையில் பிடித்திருந்த வெண்கல உடுக்கையைச் சரிப்படுத்தினேன். வலது ஆள்காட்டி விரலை உடுக்கையில் இறக்கினேன்.

'பம்... பம்... பம்...'

அடுத்த கணம், ஆகயத்தில் இருந்து கண்களைப் பறிப்பதுபோல் ஒளிப்பிழப்பு. எரிநட்சத்திம் அறுந்து கீழே இறங்கியது. எதிர்க்கரையில் உள்ள ஒற்றை இலுப்பை மரத்தின் பட்டுப்போன கிளையில் பொந்தணையும் உருட்டு ஆந்தைகள் அலறிக் குரல் இட்டன. தலைக்கு மேலே வாவற்பட்சிகள் வட்டமிட்டபடி கத்தின.

எனக்கு விரல்கள் நடுங்கின. ஏதோ அபசகுனம்போல் பட்டது. தைரியத்தை வரவழைத்துக்கொண்டு மீண்டும் உடுக்கை இசைத்தேன்.

'பம்... பம்... பம்...'

பாறை இடுக்குள் எதிரொலித்தன. நான் அண்ணமார்சாமி உடுக்கடிக் கூத்தை ஆரம்பித்தேன்.

'ஆட்டக் களத்திலே / ஆடும் கலைஞனுக்கு / பார்க்கும் மக்களுக்கும் / குத்தம் குறை வராமே / தீட்டு தடங்கல் வராமே / காத்துக் கருப்பு அண்டாமே! கனதிடமாக் காத்து நின்று / கூத்து நடக்க வேணும்ப்போ..'

என் உடுக்கடி வேகம் கொண்டது. அடுத்து கூத்தின் கதைத் தெய்வங்களை கண்முன்னே எழச் செய்யவேண்டும். பாடல் வரிகள் மனசுக்குள்ளேயே இருந்தன. நாக்கு உச்சரிக்க மறுத்தது. பாடல்கள் வெளிப்படாத அவஸ்தை. நான் எழுந்து கத்தினேன்.

"அய்யோ... சின்னண்ணா... பெரியண்ணா... அருக்காணி... தங்காயீ... பெரியக்கண்டித்தாயீ... இது என்ன சோதனை?"

அப்போது என் இடது கையில் இருந்த வெண்கல உடுக்கை நழுவி, மணலில் விழுந்து புதைந்தது. நடுங்கும் வலது கைவிரல்களை நான் பார்த்தபடியே நின்றேன். அந்த உடுக்கை விரல்கள், என்னை நிர்மானுஷ்ய வெயில் நிற்பதுபோல உணரச் செய்தன.

வெகுதான்ய வருடத்தின் கொடூரப் பஞ்சம், கிணறுகள், நெல் காயபப்போடுவதுபோல வறண்டுவிட்டன. குடியானவர்கள் ஆடு, மாடுகளை விற்றுக்கொண்டிருந்தனர். விதைத் தானியங்கள் அடுப்படிக்குப் போயின. கோடைக் காற்றுக்கு, தென்னைகளும் பனைகளும் முறிந்து விழுந்துகொண்டிருந்தன.

கார்த்திகை மாதம் பிறந்தும் பூமியில் ஒரு பொட்டுத் துளி இறங்கவில்லை. இரவில் ஆகயத்தில் விண்மீன்கள் மினுங்கிக் கிடந்தன. பகலிலும் முகில்கள் எடுப்பதே இல்லை.

முன்னிரவு. பனத்தம்பட்டி போய்விட்டு வந்த அய்யா, திண்ணையில் ஆயாசமாக அமர்ந்தார். தோள் துண்டில் முடிந்திருந்த நிலயாவரைக் காய்களை முறத்தில் கொட்டினார். நான் தண்ணீர்ச் செம்பை நீட்டினேன். நிலவடியில் நின்றிருந்த அண்ணன் கேட்டான்,

"பெரிய எசமாங்க என்ன சொன்னாங்க?"

"சனங்க பஞ்சத்துல இருக்கும்போது கூத்து எதுக்கு'ன்னு கேட்கிறாரு'

"உடுக்கப் பாட்டு பாடினா மழை எறங்குமுன்னு சொன்னீங்களா?'

“அவருக்கு அதுல நம்பிகை இல்ல.”

“அப்ப, நிலயாவரைக் காயைத் தின்னுட்டு நாம சாவ வேண்டியதுதானா?”

அய்யா மேற்கொண்டு பேசவில்லை.

நான்காம் சாமத்தில் என்னையும் அண்ணனையும் எழுப்பினார். உடுக்கைகளையும் கூத்து உடைகளையும் மட்டும் எடுத்துக்கொண்டு வீட்டைப் பூட்டினார். தென்கிழக்குத் திசை நோக்கிய பயணம். விடிந்தபோது பனங்காடைகள் கத்தின. மழையற்ற வெளி. கொக்குக் கூட்டங்கள் தரை இறங்காமல் வேறு சீமை பார்த்துப் போய்க்கொண்டிருந்தன. பகல் முழுவதும் கானல் அனலோடிய வெயில்.

வழிநெடுக எந்த ஊரிலும் உடுக்கை கூத்துக்கட்ட சம்மதிக்கவில்லை. ‘கூத்து கட்டினா மழை எறங்கும்’ என அய்யாவும் அண்ணனும் கெஞ்சியபோது சனங்கள் சிரித்தார்கள். பொழுது அந்தி சாய்ந்தது. நாங்கள் சண்முக நதியை அடைந்தோம். மணலில் தோண்டியிருந்த ஊற்றுக்குழிகளில்கூட நீர் சுரக்கவில்லை.கடுமையான தாகம்; பசி. நாங்கள் சோர்ந்துபோய் மணல்திட்டில் அமர்ந்தோம்.

இருள் சூழ்ந்ததும் பழநிமலை இருக்கும் திசையைக் காட்டி அய்யா சொன்னார்.

“நான் பாலகனா இருக்கும்போது, ஒரு பஞ்ச காலத்துல எங்க அய்யா என்னை இங்கதான் கூட்டி வந்தாரு. அந்த ஆண்டவன் எங்களைக் கைவிடல. அதுபோல, இப்ப நான் உங்களைக் கூட்டி வந்திருக்கேன்”

அய்யா, வெண்கல உடுக்கையை எடுத்து வெறி மூண்டவர்போல இசைக்க ஆரம்பித்தார்.

‘பம்... பம்... பம்...’

சிறிதுநேரத்துக்குப் பின் உடுக்கடியை நிறுத்திவிட்டு திடீரென எழுந்தார்.

“மழை பெய்யவேண்டி, இப்ப நான் அண்ணமார்சாமி உடுக்கடிக் கூத்துக்கட்டப் போறேன். மழை எறங்கினா, ஊர் திரும்புறோம். இல்லையின்னா, பசி மயக்கத்துல செத்து இப்படியே மயானத்துக்குப் போறோம்.”

நானும் அண்ணனும் ஒருவரை ஒருவர் பார்த்துக்கொண்டோம்.

“இந்த மணல்ல நமக்கு முன்னால ஆயிரம் பார்வையாளர்கள் அமர்ந்து கூத்து பார்க்கிறதா பாவிச்சு, நான் இப்ப கதை தெய்வங்களை அழைக்கிறேன்.”

அய்யா, முதலில் பெண் தெய்வங்களை அழைத்தார்.

"திருக்கோயில்விட்டு மங்கே ஆடிவர வேணுமம்மா / தவசுமரம் சோலையிட்டு / தானிறங்கி வாரும்மா..."

அடுத்து ஆண் தெய்வங்களை அழைத்தார்.

"கண்ணு சிவக்கலையோ... கடும்கோபம் ஆகலையோ / மீசை துடிக்கலையோ... முன் வீரம் ஆகலையோ / தூக்கி ஏறியலையோ... துள்ளிக் குதிக்கலையோ / இன்னும் என்ன தாமசமோ ஆடிவர வேணுமய்யா..."

அய்யா உடுக்கடித்து பாடி, வட்டமாக ஆடினார். அண்ணன் உடுக்கடித்து, பின்பாட்டுப் பாடினான். அண்ணமார்சாமி கதை தொடங்கிவிட்டது. மணலில் குத்துக்காலிட்டு உட்கார்ந்திருந்த எனக்கு இது வீண்வேலை என்றே தோன்றியது. என் கனவு எல்லாம் பொள்ளாச்சி சென்று மகாலிங்கம் பஸ் கம்பெனியில் கரிப்புகை பஸ் ஓட்ட வேண்டும். அதேபோல், பிரிட்டிஷ் துரைக்கு ஜீப் ஓட்ட வேண்டும் என்பதுதான். ஆனால், அய்யாவோ உடுக்கடிக் கூத்துக்கு என்னை வாரிசாக உருவாக்க எவ்வளவோ பிரியப்பட்டார். நான் உதாசீனப்படுத்திவிட்டேன்.

குன்றுடையானை திருமணம் செய்துகொண்ட தாமரை, குழந்தை வரம்வேண்டி கயிலாயம் செல்லும் இடம். அய்யா, புலம்பலும் அழுகையுமாக கதை கூறிக்கொண்டிருந்தார். அந்தச் சமயத்தில் நீர்த்துறை பக்கம் இருந்து இருவர் வந்து நின்றனர். அவர்கள் தலையில் பெரிய மண்மொடா இருந்தது.

அய்யாவும் அண்ணனும் கூத்திலேயே குறியாக இருந்தார்கள். நான் எழுந்து இருளில் அவர்களை நோக்கி நடந்தேன். காய்ந்த ரேகைகள் காலில் பட்டு நொறுங்கும் ஒலி கேட்டது. நான் நெருங்க நெருங்க இருவரில் ஒருவன் கத்தினான்.

"இலுப்பமரத்துப் பேயேதாண்டா இது... ஓடு..."

மண்மொடாக்கள் நிலத்தில் விழுந்து உடைந்தன. இருவரும் மேடு திரும்பி ஏறி தலைதெறிக்க ஓடிப்போனார்கள். எனக்குச் சிரிப்பு வந்தது. திரும்பி வந்து பழையபடி உட்கார்ந்து கொண்டேன். கூத்தில் பொன்னர் சங்கர், அருக்காணி, தங்காயி எல்லாம் பிறந்து வளர்ந்துவிட்டனர்.

அந்தச் சமயத்தில், நீர்த்துறை மேட்டில் இருந்து தீவட்டிகள் கீழ் இறங்கி வந்துகொண்டிருந்தன. பயந்து ஓடிய இருவரும் ஊருக்குள் சென்று, ஆட்களைத் திரட்டி வருகிறார்கள் என்பது எனக்குப் புரிந்து போயிற்று.

தீவட்டி ஆட்கள் மணற்பரப்புக்கு வந்து, எங்களைச் சூழ்ந்து நின்றார்கள். அய்யா, கூத்தில் வீரமலைக் காட்டில் இருந்து கிளி பிடித்து வந்தபின், தலையூர் காளி வளநாட்டைக் கொள்ளையிடவரும் பகுதிக்கு மாறியிருந்தார். உடுக்கடியிலும் பாடுவதிலும் மனம் ஒன்றியிருந்தார். சுற்றி நிற்பவர்களைப் பார்த்தபடியே மிரட்சியோடு பின்பாட்டு பாடிக்கொண்டிருந்தான் அண்ணன்.

வல்லயம், குத்தீட்டி எனப் பிடித்திருந்த ஆட்களை விலக்கி, பூசாரி முன்னே வந்தார். பயந்து ஓடிய இருவரும் ஊர்த் தலைவரும் அவர் பின்னே வந்து நின்றனர். பூசாரி எங்களை உற்றுப் பார்த்துவிட்டுப் போனார்.

“சாமத்துல ஆத்துக்கால்ல உடுக்கடிக் கூத்துக் கட்டுச்சுன்னா, கண்டிப்பா அது இலுப்பமரப் பேயாகத்தான் இருக்கும். ரொம்ப காலத்துக்கு முன்னால நம்ம ஊர்ப்பக்கம் எவனாவது உடுக்கடிக் கூத்துக்காரக் குடும்பம் அகாலத்துல செத்திருக்கும். இன்னிக்கு வெறிகொண்டு எந்திரிச்சு ஆடுது.”

அச்சம் எழுப்பும் சூழ்நிலை மூண்டுவிட்டதை உணராமல், அய்யா, கூத்தே கதியாக இருந்தார். பூசாரி தொடர்ந்து பேசினார்.

“அப்படியே ஆராவது ரெண்டுபேர் ஊருக்குள்ள ஓடி, எல்லா வூட்லேயும் நெலவுல வேப்பங்கொலயைச் சொருகி வெச்சு, பொண்டு புள்ளைகளை எல்லாம் ஜாக்கிரதையா இருக்கச் சொல்லுங்க. ஆரம் நடையை நீக்கி வெளியில் வந்துர வேணாம். இந்தப் பேயுக இங்க இருக்கிறமாதிரி இருக்கும். சடார்ன்னு பாஞ்சு ஊருக்குள்ள போயி காவு வாங்கிரும்.”

ஆட்கள் வல்லயத்தையும் குத்தீட்டியையும் நீட்டி தயாரானார்கள். நான் என்ன செய்வது எனத் தெரியாமல் முழித்தேன். அந்த நேரம், கூத்தை திடீரென நிறுத்தினார் அய்யா.

“சாமீ... நாங்க உடுக்கடிக் கூத்துக்காரங்க. மேக்கே பூளவாடி பக்கம் இருந்து வர்றோமுங்க... மழை பெய்யணும், மக்கப் பஞ்சம் தீரணுமுன்னு என்னோட தெய்வத்துமேல நம்பிக்கை வெச்சு இன்னிக்கு நாங்க கூத்துக்கட்டறோமுங்க. எங்க கூத்து பொய்க்காம மழை எறங்குச்சுன்னா நாங்க மனுஷங்கதான்னு எங்களை வுட்டுருங்க. மழை எறங்கலீன்னா இலுப்பப் பேயுனு நெனைச்சு, இந்த ஆத்தங்கரை யிலேயே தீவட்டியால கொளுத்திக் கொன்னுருங்க.”

உடனே, உடுக்கை இசைத்துப் பாட ஆரம்பித்தார் அய்யா. கூத்தில், பொன்னரும் சங்கரும் தலையூர் காளியுடன் சண்டையிட முடிவுசெய்தனர். தீவட்டி ஆட்கள் ஆயுதங்களை மணலில் ஊன்றிவிட்டு அதே இடத்தில் உட்கார்ந்து கூத்தைக் கவனித்தனர். நேரம் செல்லச்

செல்ல அய்யாவின் உடுக்கடியும் பாடலின் தொனியும் மூர்க்கமாக மாறின. அப்போது உச்சிவானில் இருந்து பளீரென ஒரு மின்னல். நிலம் அதிர்வதுபோல ஓர் இடி. நீர்மூலையில் இருந்து தனித்த கருமுகில் கூட்டம் மேலேறி வந்துகொண்டிருந்தது.

நானும் தீவட்டி ஆட்களும் கூத்தையும் வானத்தையும் மாறி மாறிப் பார்த்துக்கொண்டே இருந்தோம், அடுக்கடுக்காகக் கிளர்ந்து வந்த கருமுகில் கூட்டங்கள் விரைந்து உச்சிவானை மூடின. மின்னலும் இடியும் நிற்கவில்லை. கூத்தில் பொன்னரும் சங்கரும் போர்க்களம் புறப்படும் நேரம்... ‘சடசட’வென மழை இறங்கியது. கல்மாரிபோல் கனமான துளிகள்.

தீவட்டிகள் அணைந்துவிட்டன. அய்யா, கூத்தை நிறுத்தவில்லை. பூசாரியும் ஊர்த் தலைவரும் தீவட்டி ஆட்களோடு வந்து அய்யாவின் காலில் நெடுஞ்சாண்கிடையாக விழுந்து வணங்கினர். அதன்பின் எங்களை அவர்களின் கல்துறை கிராமத்துக்கே கூட்டிப் போனார்கள். வயிறார உணவு கொடுத்து ஊர் சாவடியில் தங்கவைத்தனர்.

மறுநாள் மழை ஓய்ந்து, ஏறுவெயில் வந்துவிட்டது. தலைவாசலில் இரட்டைச் சாட்டுக் குதிரைவண்டி ஒன்று வந்து நிற்பதைக் கண்டோம். அதன்பின்னே நூற்றுக்கும் மேற்பட்ட காளைமாட்டு சவாரி வண்டிகள் வந்து நிற்கத் தொடங்கின. இரட்டைச் சாட்டுக் குதிரை வண்டியில் இருந்து இறங்கிய இளைஞர், பட்டு அங்கவஸ்திரம் அணிந்து, ராஜபரம்பரைத் தோற்றத்தில் இருந்தார். இந்த ஊர்த் தலைவரும் பூசாரியும் வந்த பின்பு பேசினார்.

“நான் தாராபுரத்துக்கு உடக்கே செங்காட்டூர் பட்டக்காரர். எங்க பக்கத்திலும் மழை இல்லை. கரும் பஞ்சம். பண்டம் பாடிகளுக்கும் தீனி இல்லை. விக்கிறதுக்கும் மனசு இல்லை. என்ன பண்றதுங்கிற குழப்பத்துல. எதுக்கும் ஒருமுறை பழநி முருகன்கிட்ட வந்து வேண்டினா வழி இருக்குமுன்னு வண்டி கட்டிக்கிட்டு வந்தோம். சாமி கும்பிட்டுட்டு வரும்போது இங்க மட்டும் மழை பெஞ்சிருக்கு. தெக்க போகும் இங்க மழை இல்லையே என்னன்னு கேட்கலாமுன்னு வந்தோம்.”

ஊர்த் தலைவர் எங்கள் மூவரையும் கூப்பிட்டு முன்னே நிறுத்தினார். நேற்று இரவு சண்முக நதிக்கரையில் நடந்தவற்றை விவரித்தார். பட்டக்காரர், அய்யாவின் கைகளைப் பற்றிக்கொண்டு கேட்டார்:

“நீங்க எங்க மேல இரக்கப்பட்டு எங்க ஊருக்கும் வரணும்; இதேமாதிரி கூத்துக் கட்டணும்; எங்க பஞ்சத்தையும் போக்கணும்”

இரண்டைச் சாட்டுக் குதிரைவண்டி செங்காட்டூர் அரண்மனை வீட்டின் முன்பு வந்து நின்றபோது, பெண்கள் விளக்குமாடத்தில்

அந்திவிளக்கு ஏற்றிக்கொண்டிருந்தனர். இரவு ஆகாரத்துக்குப் பின்னர், வேலையாட்கள் வந்து அரண்மனையின் பின்கட்டு நடையைத் திறந்து எங்களை தோட்டத்துக்குள் கூட்டிப்போயினர். தென்னந்தோப்பு நடுவில் இருந்த வீட்டில் தங்கவைத்தனர். மயில்மாணிக்கக் கொடி பந்தல் இட்ட முற்றம். வீடு எங்கும் முதிர்ந்த நெல் வாசனை. அய்யா மறுநாளே அண்ணமார்சாமி கூத்துக்கான ஏற்பாட்டைச் செய்தார். உடை அணிந்து உடுக்கையின் இடது பக்க நரம்பைச் சரிபார்த்துக் கொண்டிருந்த அய்யாவிடம் சென்று நான் கேட்டேன்.

"நானும் பின்பாட்டு பாடுறேன்"

அய்யா, என்னை நிமிர்ந்து பார்த்தார். சிறிதுநேர மௌனத்துக்குப் பிறகு பேசினார்:

"அண்ணமார்சாமிகள் பாண்டவர்களோட மறுபிறப்பா பூலோகத்தில பொறந்திருக்காங்கன்னு ஐதீகம். அவுங்க, உசுரோடு தெய்வமாகி தேவலோகம் போனவங்க. அவுங்க வரலாற்றை நாம் ஆம்பள பொம்பள வேஷம்னு மாறிமாறி ஆடிப்பாடிக் கூத்துக்கட்டுறோம். பார்க்கிற சனத்துக்கு நாம கூத்துக்காரங்களா தெரியக்கூடாது; கதைத் தெய்வங்களா தெரியணும். கையெடுத்துக் கும்பிடணும்."

அய்யா, குனிந்து கால் சலங்கைகள் அணிந்தபடியே மறுபடியும் சொன்னார்:

"நான் உடுக்கடிச்சுப் பாடினா மழை எறங்கும்கிறது என் நம்பிக்கை. அதுபோல, உனக்கு எப்ப நம்பிக்கை வருதோ, அப்ப நீ கூத்துக்கட்ட வா"

அய்யா, கால் சலங்கை குலுங்க அரங்கக் களத்தை நோக்கி போய்விட்டார். அன்று இரவு அய்யா ஆடியது ஆக்ரோஷமான கூத்து. சங்கரிடம் தலையூர் காளி படையினர் பயந்து ஓடும்போது மழை இறங்கிவிட்டது. காற்று அடங்கிப் பெய்த மழையில் ஊர் முழுவதும் பெருவெள்ளம். இருளில் நனைந்தபடியே தென்னந்தோப்பு வீட்டுக்கு வந்ததும் அய்யா, அவருடைய வெண்கல உடுக்கையை அண்ணனிடம் கொடுத்துச் சொன்னார்:

"அண்ணமார்சாமி என்னைக் கைவிடவில்லை. அந்த சத்தியவாக்கைத் தொடர்ந்து சோதிக்கவும் கூடாது. இனி, நீதான் என் வாரிசு."

அந்த மழைக்காலம் தேவைக்கு அதிகமாகவே மழையைக் கொட்டித் தீர்த்தது. தொடர்ந்து காலங்கள் செழித்தன. ஆண்டுகள் ஓடின. அதன்பின்பு அய்யா ஒருபோதும் உடுக்கையைத் தொடவே இல்லை. நாங்கள் பட்டக்காரர் தென்னந்தோப்பு வீட்டிலேயே நிரந்தரமாகத் தங்கிக்கொண்டோம். அண்ணன் புகழ்பெற்ற உடுக்கடிக் கூத்துக்காரனாக வளர்ந்துவிட்டான். அண்ணமார் உடுக்கடிக்

கூத்தின்போது 'படி விளையாண்டு' படுகளம் வீழ்பவர்களை எழுப்ப, அண்ணனைவிட்டால் வேறு கூத்துக்காரர்கள் இல்லை என்கிற நிலை. அண்ணனும் என்னை பின்பாட்டுப் பாட, பெண்வேடம் கட்ட அனுமதிக்கவில்லை. கூத்துக்குச் செல்லும்போது உடுக்கைகளையும் கூத்து உடைகளையும் கால் சலங்கைகளையும் சுமந்துசெல்லும் ஓர் எடுபிடியாகவே வைத்திருந்தான். நானும் வேறுவழி இல்லாமல் அதைப் பிரியமுடன் ஏற்றுக்கொண்டேன்.

அந்தச் சமயத்தில் அண்ணனுக்கு ஸ்த்ரீபார்ட் நாடகக்காரி உதயராணி பழக்கம் ஆனாள். கூத்து முடிந்து 27ஆம் நாள் சடங்கான தவசு கம்பத்தை நீரில்விட்டு, காணிக்கை பெற்றதும், அண்ணன் தவறாமல் குண்டடத்தில் உள்ள உதயராணி வீட்டுக்குச் சென்று வந்தான். நான் அண்ணன் கிளம்பும்வரை அவள் வீட்டு வெளித் திண்ணையில் அவமானமும் வருத்தமும் மேலிட உட்கார்ந்து கிடந்தேன். கழுதைகள் கத்திக்கொண்டு திரியும் வீதியில் செல்வோர் எல்லாம் என்னைப் பார்த்து காறித் துப்புவதுபோல் இருக்கும். அய்யாவுக்கு இது தெரிந்திருந்தாலும் அண்ணனைக் கண்டிக்கும் திராணி இல்லாதவராக இருந்தார்.

அந்த வருடத்தில்தான் இரண்டாம் உலகப் போர் முடிவுக்கு வந்தது. வெள்ளைக்காரத் துரையின் குடும்பத்தினர் பிரிட்டிஷ் தேசத்தில் இருந்து கப்பலில் வந்து இறங்கியிருந்தனர். கீழை நாட்டின் சடங்கு சம்பிரதாயக் கூத்துக்களைப் பார்க்க ஆர்வம் கொண்டிருந்தது துரைசாணி அம்மாவுக்காக, பட்டக்காரர் அண்ணமார்சாமி கூத்துக்கு ஏற்பாடு செய்திருந்தனர். அண்ணன் மூன்று இரவுகளில் கதையை முடிப்பதாகத் திட்டம்போட்டு கூத்தை ஆரம்பித்தான்.

மூன்றாம் நாள் படுகளம் விழச்செய்து எழுப்பும் கூத்து. ஒரு கூத்தாடிக்கு கடினமான தருணம் அது. அரங்கக் களத்தின் நாற்புறமும் கல்விளக்குத் தீபங்கள் சுடர்விட்டன. ஊர் வண்ணார்கள் தீப்பந்தம் பிடித்து நின்றனர். துரையும் துரைசாணி அம்மாவும் பட்டக்காரர் குடும்பத்தினரும் முன்வரிசையில் அமர்ந்து கூத்தைக் கவனித்தனர். வெளி ஊர்களில் இருந்து எல்லாம் சனங்கள் மாட்டுவண்டி கட்டிக்கொண்டு வந்து குவிந்துவிட்டனர்.

அண்ணன் முதலில் தலையூர் காளியாக உருவம் மாறி, மாயவர் அம்புவிட்டு சங்கரை வீழ்த்துவதை, வேகமான தாளகதியில் உடுக்கடித்துப் பாடி ஆடினார். கூட்டத்துக்குள் இருந்து ஆண் பார்வையாளர்கள் இருவர் சங்கர் அருளாடியாகி அரங்க களத்துக்கு ஓடிவந்தனர். இறப்புத்தன்மையுடன் செத்தவர்போல மூர்ச்சையாகி விழுந்தனர். படுகளம் சேர்ந்தவர்களை மேற்காகத் தலைவைத்து, கிழக்காக கால் நீட்டி மரணமுற்றவர்களைப் படுக்கவைப்பதுபோல படுக்கவைத்து, வெள்ளைத் துணியால் மூடினர்.

அண்ணன் அடுத்ததாக சங்கரின் மரணம் அறிந்த சாம்புகன் அழுது புலம்பும் கதைப்பாடலை உக்கிரத் தாளத்தில் உடுக்கடித்துப் பாடி ஆடினான். மூன்று ஆண் பார்வையாளர்கள், சாம்புகன் அருளாடியாகி விழுந்தனர். அண்ணன் கடைசியாக பொன்னர், தலையூர் காளியை போரிட்டுக் கொன்று, வாளில் பாய்ந்து தற்கொலை செய்து பாடலை, உடுக்கடித்துப் பாடி ஆடினான். ஐந்து ஆண் பார்வையாளர்கள் பொன்னர் அருளாடியாகி படுகளம் விழுந்தனர். துரைசாணி அம்மா எழுந்து வந்து படுகளம் விழுந்தவர்களின் நெஞ்சில் கை வைத்துப் பார்த்து உணர்ச்சிவசப்பட்டவராகக் கத்தினார்.

“ரியலி... ஆல் ஆர் டெத்”

“நோ... நோ...”

துரை எழுந்து வந்து சமாதானப்படுத்தி கூட்டிப்போய் வைத்தார்.

அண்ணன், பெண் வேடதாரியாக மாறி, தங்காயி பாத்திரம் ஏற்று, விழுந்தவர்களைச் சுற்றியவாறு உடுக்கடித்து அழுது புலம்பிப் பாடினான். பாடலின் முடிவில் பெண் பர்வையாளர்களில் ஒருத்தி அருள் பெற்று, அரங்கக் களத்துக்கு வந்து உடலை முறுக்கி நிற்க வேண்டும், அடுத்து பெரியகாண்டி, செல்லாண்டி, மகாமுனி, கருப்பணர், கன்னிமார் என தெய்வங்களும் அருள்பெற்று வந்தால் தான், படுகளம் சேர்ந்தவர்களை எழுப்ப முடியும்.

பெண் பார்வையாளர்களின் மத்தியில் சலனமே இல்லை. அண்ணன் தொடர்ந்து முயற்சித்தான். நேரம் கடந்தது. வடமேற்குத் திசையில் பளீரென மின்னல், திடுமென ஓர் இடி, கருக்கல்கள் திட்டுத்திட்டாகத் தேங்கி மேல் எழுந்துவந்தன. பட்டக்காரர் பதற்றமாகி அண்ணனிடம் ஓடிவந்தார்.

“எங்க முப்பட்டன் காலத்துல இதுமாதிரி திடீர்னு மழை எறங்கி பெருவெள்ளம் எடுத்து படுகளம் விழுந்தவர்களை எழுப்புறதுக்குள்ள அடிச்சுட்டுப்போயிருச்சாம். அந்த அபகீர்த்தி எனக்கும் வந்துர வேணாம்”

அண்ணனுக்கு கண்கள் சிவந்துவிட்டன. அதிர்வுடன் உடுக்கடித்தான். வெறிகொண்டு பாடி ஆடினான். பெண் பார்வையாளர்கள் எவரும் அருளாடியாக மாறவில்லை. உச்சிவானம் முழுவதும் முகில்கள் நிறைந்துவிட்டன. மழை இறங்கும் முன்னர் உண்டாகும் சிறு புழுக்கம். துரைசாணி அம்மா பயந்து அழத் தொடங்கினார்.

“ப்ளீஸ் சேவ் தெம்... அட் எனி காஸ்ட்.”

நான் தென்னந்தோப்பு வீட்டுக்கு ஓடி, அய்யாவிடம் நடந்ததைச் சொன்னேன்.

“பொம்பள சகவாசம்... பெண் தெய்வம் எப்படி வரும்? என்னை இப்ப அங்க வந்து அவமானப்படச் சொல்றியா?”

அய்யா வர மறுத்துவிட்டார். நான் திரும்பவும் அரங்கக் களத்துக்கு ஓடிவந்தேன். சுழன்று அடிக்கும் வாடைக்காற்றுக்கு கல்விளக்குத் தீபங்களும் தீப்பந்தங்களும் அணையத் தொடங்கின. அருகில் மண்வாசம் அந்தக் கணம், நான் ஓர் உத்வேகத்தில் பட்டக்காரர் முன்னர் போய் நின்றேன்.

“படுகளம் விழுந்தவங்களை நான் எழுப்பறேன்...”

பார்வையாளர்கள் முகத்தில் ஏளனக் குறி. பட்டக்காரர் அண்ணனிடம் இருந்து வெண்கல உடுக்கையைப் பிடுங்கி என்னிடம் கொடுத்தார்.

‘பம்... பம்... பம்..’

என் நாவில் இருந்து தங்காயி புலம்பலுக்கான பாடல் பிறந்தது.

“கல்லான கோட்டையெல்லாம் நாம் சிற்றுலைப் பட்டினத்தில் கலையாதோ என்றிருந்தேன். அண்ணா... கலையா மழைபொழிய கணத்திலே கலைந்துவிழக் கண்டேன்..” பாடலின் முடிவில் பார்வையாளர்களுக்குள் இருந்து அடுத்தடுத்து அருளாடிகள் எழுந்து குதித்தபடி அரங்கக் களத்துக்கு வந்தனர். கூட்டம் கரகோஷமிட்டது. பட்டக்காரர் முகத்தில் புன்னகை. மழை இன்னும் இறங்கவில்லை. நான் துரிதமாகச் செயல்பட்டு பெரிய காண்டியாக மாறிய அருளாடி யிடம் படுகளம் விழுந்தவர்களை எழுப்பித்தர உத்தரவு வாங்கினேன். விரைந்து கிணற்றடி பூஜையை முடித்தேன்.

படுகளம் விழுந்தவர்களுக்கான உயிர் எழுப்பும் பாடலைப் பாடினேன்.

“நீங்க பட்ட படுகளத்து வாசலிலே... எழுப்ப வரம் வாங்கி வந்தேன் / செத்தவர்கள் எல்லோர்க்கும் செம்பூசி சிறு சூடு வாங்கி வந்தேன்..”

நான் அருளாடிகளுடன் படுகளம் விழுந்தவர்களை ஒன்பது சுற்று சுற்றினேன். தங்காயி அருளாடி தானாகக் கதறினாள்.

“அண்ணா... அண்ணா... எழுந்திருங்க அண்ணா...”

உடனே சிவமந்திரத் தீர்த்தத்தை எடுத்து படுகளம் விழுந்தவர்கள் மீது தெளித்தாள். தீர்த்தம் பட்டதும் படுகளம் விழுந்தவர்கள். ஒவ்வொருவராகத் துள்ளி எழுந்தனர். துரைசாணி அம்மா கத்திக் கொண்டு என்னிடம் ஓடிவந்தார்.

“மிராக்கிள்... மிராக்கிள்...”

என்னை கட்டிப்பிடித்துக்கொண்டார். பட்டக்காரர் மற்றும் பார்வையாளர்கள் கண்களில் நீர் திரண்டிருந்தது. மழை இறங்கிவிட்டது. நான் அண்ணனைத் தேடினேன். அங்கு எங்குமே அண்ணனைக் காணவில்லை. மறுநாள் பகலில் துரையும் துரைசாணி அம்மாவும் என்னைத் தேடி தென்னந்தோப்பு வீட்டுக்கு வந்தனர். தங்க ஆபரணம் ஒன்றைப் பரிசாக, கழுத்தில் சூட்டினர். நான் அதை அவர்களிடம் தந்துவிட்டுச் சொன்னேன்:

“உங்க ஜீப்பை ஓட்டிப் பழகணும்” இருவரும் சிரித்தனர்.

மூன்று நாட்களில் எனக்கு ஜீப் ஓட்டப் பழக்கிவிட்டனர். அந்த வார இறுதியில் நான் அண்ணனைத் தேடி உதயராணி வீட்டுக்குப் போனேன். கதவைத் திறந்த உதயராணி, அண்ணனைத் திட்டினாள்.

”பெரிய கூத்தனாம்... போ. இனி, உன் எடுபிடிகிட்ட பின்பாட்டு பாடு.”

குதிரைவண்டி பிடித்து வீடு வரும்வரை அண்ணன் என்னிடம் பேசவில்லை. அன்று இரவு நடுநிசியில் ஏதோ அரவம் கேட்டு முழித்தேன். கட்டில் காலடியில் அண்ணன் நின்றிருந்தான். அடுத்த கணம் என் வலது கைவிரல்களைக் கட்டில் சட்டத்தில் வைத்து அழுத்தி வீச்சரிவாளால் வெட்டினான். துண்டான ஐந்து விரல்களும் தரையில் சிதறின. ரத்தம் கொட்டியது. எனக்கு உயிர்போகும் வலி. கதறினேன். அய்யாவும் தூக்கம் கலைந்து எழுந்து ஓடிவந்தார். வீச்சரிவாளுடன் ஆவேசம் அடங்காமல் நிற்கும் அண்ணனைப் பார்த்தும் சத்தமிட்டார்.

“சண்டாளா... படுகளம் எழுப்புற புல்ளையைப் பாழாக்கிட்டியே!”

அய்யா வெளியேறி, தென்னந்தோப்பின் இடையே அரண்மனையை நோக்கி ஓடினார். வீச்சரிவாளை வீசிவிட்டு அண்ணனும் பின்னே ஓடினான். நான் வலியில் துடித்தபடியே யோசித்தேன். என் நிலை கண்டால் பட்டயக்காரர் நிச்சயம் அண்ணனின் வலது கைவிரல்களைத் துண்டித்துவிடுவார். நானும் வீட்டைவிட்டு வெளியேறி, தெற்கு பார்த்து ஓட ஆரம்பித்தேன். அய்யா மழைவேண்டி முன்பு கூத்துக் கட்டிய சண்முகநதி மணல்திட்டிற்கு வந்து உட்கார்ந்தேன். கைவிரல்களில் வலி, பசி, சலிப்பு, கண்களை இருட்டிக்கொண்டு வந்தது. அப்படியே மயங்கிச் சரிந்தேன்.

நான் கண் விழித்தபோது கீற்றுக் கொட்டைகையினுள் மூங்கில் கட்டிலில் படுக்க வைக்கப்பட்டு இருந்தேன். கைவிரல்களுக்குப் பச்சிலை கட்டப்பட்டு இருந்தது. வலி குறைந்து இருந்தது. நான் எழுந்து நடைப்பக்கம் வந்தேன். வாசல் எலுமிச்சை மர நிழலில் குறத்திப் பெண் ஒருத்தி கூடை முறம் பின்னிக் கொண்டிருந்தாள்.

அழகான யுவதி. என்னைக் கண்டதும் கன்னக்குழி விழச் சிரித்தபடியே பேசினாள்.

“நாங்கள் மூங்கில் சீவும்போது விரல்ல கத்தி பட்டா வேலாம்பட்டையும் வெட்டுக் கட்டாந்தழையும்தான் வெச்சுக் கட்டுவோம். சீக்கிரத்திலேயே புண் ஆறிடும். உங்களுக்கும் அதைத்தான் வெச்சுக் கட்டியிருக்கேன்”

ஒரு மாதத்தில் கைவிரல் புண் ஆறிவிட்டது. ஆனால், மொண்ணையான விரல்களைப் பார்க்கும்போதெல்லாம் எதிர்காலம் சூனியமானதுபோல தவித்தேன்.

அன்று வீதி வெறிச்சிட்ட மதியம்,. அரப்பு தேய்த்துக் குளித்து ஈரத்தலையுடன் என் அருகில் வந்து அமர்ந்த குறத்திப் பெண், எனது வலதுகை மொன்னை விரல்களை வாஞ்சையாக தடவிக் கொடுத்தபடியே பேசினாள்.

“நீங்க பழையபடி உடுக்கக் கூத்துக் கட்டினா... உங்க கவலை எல்லாம் தீர்ந்துரும்”

நான் குறத்தி பெண்ணைப் புரியாமல் பார்த்தேன். அவள் மடியில் இருந்து சில மூங்கில் குச்சிகளை வெளியே எடுத்தாள். அவற்றை என் மொண்ணை விரல்களில் ஒவ்வொன்றாக மோதிரத்தைப்போல மாட்டிவிட்டாள். அவை கைவிரல்போலவே இருந்தன; அசைந்தன.

“இது வெறும் மூங்கில் குச்சி இல்லை. உடுக்கைவிரல் நீங்க சாகுற காலம் வரைக்கும் உடுக்கடிக்கலாம்.”

அதன்பின்னர், காலம் என்னை மாபெரும் உடுக்கடிக் கூத்துக் கலைஞனாக மாற்றியது. வானொலிமூலம் புகழ்பெற்றேன். வயோதிகம் ஆகி, கூத்துக் கட்டுவதை நிறுத்திய பின்பும் பட்டக்காரர் எனக்கு ஆதரவு கொடுத்து வந்தார். கடந்த பௌர்ணமிக்கு முன்தினம் பட்டக்காரர் இறந்துபோனார். அவரின் 16ஆம் நாள் காரியம் முடிந்த நண்பகலில், அமெரிக்காவில் இருந்து வந்திருந்த பட்டக்காரரின் பேத்தி தோட்டத்தோடு தென்னந்தோப்பு வீட்டையும் விற்கப் பேசினாள். அந்திமக் காலத்தில் நான் மீண்டும் தெற்கு நோக்கிய பயணத்தைத் தொடங்கினேன்.

அமாவாசை தினம் இருவரின் அடர்வு கூடிவந்தது. நான் மணலில் உடுக்கையை எடுத்து மறுபடியும் இசைக்கத் தொடங்கினேன். அண்ணமார்சாமி கதைப்பாடல் பிரவாகமாகப் பிறந்தது. ஒரு நிலையில், வானில் முகில் ஏறி கனமழை பொழிந்தது. சண்முகநதியில் கரைகொள்ளாத பெருவெள்ளம். மணல்திட்டு முழ்கியது.

என் கழுத்து மட்டத்துக்கு நீர் ஏறும்வரை நான் உடுக்கை இசைப்பதையும் பாடுவதையும் நிறுத்தவில்லை. வெள்ளம், என்னைத்

தூக்கிற்று; அடித்து இழுத்துச் சென்றது. நான் உடுக்கையை மட்டும் விடவில்லை. என் உடம்பு சிலிர்த்தது.

நடந்தது எல்லாம் வெறும் பிரமை. இயலாமையும் கோபமும் ஏற்பட்டன. சுற்றும்முற்றும் பார்த்தேன். கீழ்வானம் சிவந்து இருந்தது. குனிந்து வெண்கல உடுக்கையை எடுத்தேன். உடுக்கை விரல்களையும் சுழற்றினேன். இரண்டையும் ஒருசேர ஓடும் தண்ணீரில் வீசி எறிந்தேன். அவை தண்ணீரில் மிதந்துபோவதை சிறிதுநேரம் பார்த்துக் கொண்டிருந்தேன்.

பின்னர் பழநி மலையைக் குறிவைத்து நடந்தேன். படிக்கட்டில் ஏறி ஓர் இடத்தில் அமர்ந்தேன். என் முன்னாலும் நாணயங்கள் விழுந்தன. ஓர் உடுக்கடிக்கூத்து மகா கலைஞன் வீற்றிருக்கிறான் என, உரக்கக் கத்த வேண்டும்போலத் தோன்றியது!

●

கொம்பூதிகள்

நாய்களின் குரைப்பொலி கேட்டு இவன் கண்விழித்தான். சல்லிமண் சுத்திண்ணையிலிருந்து எழுந்து வீதியில் வந்து பார்த்தான். இருள் அகல இன்னும் சற்றுநேரம் இருந்தது. பின்வளவிலிருந்து ஆட்கள் திடுமுட்டி தட்டியபடி வீதியில் நுழைந்து வந்துகொண்டிருந்தார்கள்.

"பங்குனி உத்திரக்காவடி புறப்படுவதாலே.. கொம்பூதரவங்களும் கொட்டுக்காரர்களும் கட்டாயம் ராத்திரி ஊர்த் தலைவாசலுக்கு வந்துரும்படி பெரியவூட்டு எசமாங்க உத்தரவிட்டு இருக்காங்கோ."

திடுமுட்டி விசையாகத் தட்டப்பட்டது. ஆட்கள் நகாநது அடுத்த வீதியில் சென்று மறைந்தார்கள். நாய்கள் குரைத்தபடி பின் தொடர்ந்து போயின. இவன் மறுபடியும் சல்லிமண் சுத்திண்ணைக்கே வந்து உட்கார்ந்தான். இப்படி திடுமுட்டி தட்டிப் போகும்போது எல்லாம் இவனுக்கு அம்மாவின் ஞாபகம்தான் எழும்.

அந்த வருஷம் தீர்த்தக் காவடிக்குத் திடுமுட்டி தட்டும்போது முதல் கார்மழை இறங்கிப் பெய்து ஓய்ந்த விடியற்காலை வீதியெங்கும் மழைநீர் பெருகி வடிந்த ஈரம் கரிக்குருவியின் இடைவிடாத குரல். இவன் சடைவாக வீட்டுக்குள் படுத்திருந்தான். நடைக்குள் தலையைக் குனிந்தபடி உள்ளே வந்த அம்மா இவனை எழுப்பினாள்.

"அடேய்... அட்டாழியில கெடக்கற கொம்பை எடுத்துத் தொடைச்சு வெய்யி... ராத்திரிக்கு அவகாசம் இருக்காது."

இவன் துப்பட்டியால் கழுத்துவரை போர்த்தி குறுக்கிப்படுத்தபடியே சொன்னான்:

"இந்த வருஷம் நாங் காவடிக்கு கொம்பூதப் போகப்போறதில்ல"

"தொரை... அப்ப எசமாங்க மாதிரி காவடி எடுக்கப் போறீங்களா?"

"இல்ல... லாரிக்கு போகப்போறே?"

அம்மா புரியாமல் பார்த்தாள். நடைக்கு வெளியே தெரியும் வீதியில் வெளிச்சம் பரவியிருந்தது.

"நாளைக்கு கோவிந்தசாமி பண்ணாடி லாரி காங்கேயத்துல இருந்து காக்கிநாடாவுக்கு நெய் டின்னு ஏத்திக்கிட்டுப் போகுதாமாம். என்னக் கிளீனரா கூட்டிட்டுப் போறதாச் சொல்லியிருக்காங்க"

அம்மா பதில் ஏதும் கூறவில்லை. பித்தளை அண்டாவைக் கொண்டுவந்து பனைந்தப்பை அட்டாலியின் கீழாகப் போட்டு அதன்மீது ஏறினாள். கையைவிட்டுத் துழாவி கொம்பை எடுத்தாள். அடுப்படி வெளிச்சத்துக்குக் கொண்டுபோனாள். கரித்துணியால் கொம்பைத் துடைத்துக்கொண்டே பேசினாள்...

"எனக்கும் உங்கப்பனுக்கும் அடுத்தடுத்து அஞ்சும் பொட்டப் புள்ளையா பொறந்துச்சு. மண்ணு தள்ளறதுக்கு ஒரு மகனில்லியேன்னு உங்கப்பனுக்கு ஒரே ஆதங்கம். மனுசனுக்கு ஆகாரம் தொண்டையில எறங்கறதில்லை. பொழுதின்னுக்கும் பய்யன் வேணும், பய்யன் வேணுமுன்னு ஒரே பொலம்பல்... எனக்கோ பயம். எங்கே மறுக்காவும் பொட்டப்புள்ளையா பொறந்து தொலச்சிட்டா என்ன பண்ணறதுன்னு.. உங்கப்பனோட ஆசைக்கு எணங்காமலே நாளத்தள்ளிக் குடுத்துகிட்டு வந்தேன்."

இவன் துப்படியை விலக்கி எழுந்தமர்ந்தான்.

"இப்ப எதுக்கு இந்த அந்தக் கதையெல்லாம்?"

"எப்ப நீ காவடிக்குக் கொம்பூதமாட்டேன்னு சொன்னியோ. அப்பவே நீ இந்தக் கதையெல்லாம் கேட்டுத்தான் ஆகணும். அப்பத்தான் உனக்குப் புரியும்... அம்மாக்காரி காலங்காத்தால காரியமாத்தான் ஒப்பாரி வெக்கறான்னு"

இவன் மறுப்பேதும் பேசாமல் மௌனமானான். "அந்த வருஷம் காவடி தீர்த்தம் முத்திரிக்க கொடுமுடி கௌம்பிச்சு... கொட்டக்காரங்க பலகையடிக்கறாங்க... மோகாளி வேசங்கட்டி ஆடறாரு... கரகாட்டக்காரங்க வந்துட்டாங்க... சாமி மாடு சேகண்டியோட நிக்குது... ஆனா கொம்பூதரநாசம்மா புருஷன் செத்துப்போனதால கொம்பூத மட்டும் ஆருமில்ல.

கௌம்பற நேரத்துல காவடிக்காரங்களுக்குக் கொம்பு இல்லாதது ஒரு கொறையாத் தெரிஞ்சுச்சு... அப்பதான் நானு உங்கப்பனைக் கூப்பிட்டு தெக்கு மின்னா நின்னு பழனிமலை ஆண்டவனைக் காட்டிச் சொன்னேன். 'இந்த வருஷத்திலிருந்து நீ காவடிக்குக் கொம்பூதுய்யா அந்த ஆண்டவன் நமக்கு நிச்சயமா ஆம்பள புள்ளையைக் குடுப்பாரு'ன்னு... உங்கப்பனும் மறுபேச்சு பேசாம.. காவடிக்குக் கொம்பூதிச்சு... அடுத்த வருசமே நீ பொறந்தே.. ஆறாவதாகப் பொறந்த உனக்கு ஆறான்னு அந்த ஆண்டவன் பேரையே வெச்சோம்."

அம்மா பேச்சை நிறுத்தித் துடைத்துக்கொண்டிருந்த கொம்பைக் கோரைப்பாயின்மீது வைத்தாள். இவன் அம்மாவைப் பார்த்தபடியே இருந்தான்.

"உங்கப்பனும் பதினாரு வருஷமா. ஒரு வருஷம் தவறாம காவடிக்குக் கொம்பூதிட்டாரு. ஆனா சாகறதுக்கு முன்னால் எங்கிட்ட ஒன்னே ஒன்னு சொன்னாரு. அப்ப நீ பள்ளிக்கூடம் போயிட்டே ஆறான்.

படிச்சு கலெக்டர் வேலைக்கே போனாலும் வருஷா வருஷம் காவடிக்குக் கொம்பூதறத மட்டும் நிறுத்தக்கூடாதுன்னு சொன்னாரு."

அம்மாவுக்குக் கண்கள் துளிர்த்திருந்தன. இவன் எதுவும் பேசாமலிருந்தான். சட்டென அம்மா நகர்ந்து சப்பணமிட்டு அமர்ந்தாள். கொம்பைத் தூக்கி உதட்டில் பொருத்தினாள். ஊதத் தொடங்கி உச்சஸ்தாயிக்குப் போனாள். ஒரு தேர்ந்த கொம்பூதி போலவே அம்மா ஊதும் லாவகம் இருந்தது. வீதியில் செல்பவர்கள் நின்று கேட்டுவிட்டுப் போயினா. நீண்ட நேரத்துக்குப்பின்பே அம்மா ஊதுவதை நிறுத்தி கொம்பை இறக்கினாள்.

"என்னடா பாக்கற உங்க்ப்பன் எனக்கு நல்லா கத்துக் குடுத்திருக்காரு... நீ போகலீன்னா இந்த வருஷம் நானே காவடிக்குப் போயீ.. கொம்பூதப் போறேன்... மத்தியானமா போயி பெரியவூட்டு எசமாங்கிட்டேயும் சொல்லப்போறேன்."

அன்று இளமதியம் மீண்டும் கார்மழை இறங்கியது. 'சடசட'வென கல்லுமாரி விழுந்தது. வீட்டுக்குள்ளே இருந்த இவன் கொம்பை எடுத்து ஊதிப் பழக ஆரம்பித்தான். அம்மாவே கத்துக் கொடுத்தாள்.

எல்லாம் நேற்று நடந்ததுபோலவே இருந்தது. இவன் காவடிக்குக் கொம்பூதப்போய் மேலும் ஒரு பதினாறு வருசம் ஓடிவிட்டது. கிழக்கு வெளுத்துவிட்டது. இவன் எழுந்து வீட்டுக்குள் போனான். அம்மா நடுவீட்டில் அமர்ந்து கொம்பூதுவதுபோலவே இப்போதும் ஒரு பிரமை ஏற்பட்டது. பனைந்தப்பை அட்டாலிமீது கிடந்த கொம்பை எடுத்தான். போன மாசி மாதம், இச்சுப்பட்டி மாரியன் சாட்டுக்கு

ஊதியிருந்தால் கொம்பு சுத்தமாகவே இருந்தது. கீழ்ப்குதியில் ‘சிக்கி’ மட்டும் கொஞ்சம் ஆடியது. பகலில் ஐஸ் வியாபாரம் முடிந்து திரும்பும்போது செங்காட்டூர் சுப்பராய ஆசாரியிடம் கொடுத்துக் கொஞ்சம் ‘சீக்கி’யைச் செடிய வேண்டும் என நினைத்தான். வடக்கே எங்கோ வெள்ளாடு கத்திற்று. இவன் கொம்பை சூதானமாகத் தூக்கிக்கொண்டு போனான்.

ஐஸ்பெட்டி வைத்துக்கட்டிய மிதிவண்டியின் கைப்பிடியில் மாட்டித் தொங்கவிட்டான். இலந்தை மரவாதுகளுக்குள் செம்பூத்தும் குயிலும் மாறிமாறிக் குரலிட்டன. இவன் மறுபடியும் சல்லிமண் சுத்திண்ணைக்கே வந்து உட்கார்ந்தான். இவனுக்கு மீண்டும் நினைவு, போன வருச காவடிக்குத் தாவிற்று.

கொடுமுடி காவிரி ஆற்றங்கரை. வெயில் எரிக்கும் முற்பகல். மணல் திட்டாங்கரையெங்கும் காவடிக்காரர்களின் சங்கமம். அப்போதுதான் கரகாட்டம் ஆடி ஓய்ந்தது. கொட்டுக்காரர்கள் பலகையைச் சூடுபடுத்த தீ மூட்டிய இடத்துக்கு நகர்ந்தார்கள். இவனும் கொம்பை இறக்கி மூச்சு வாங்கினான். அந்தச் சமயத்தில் அக்கரையிலிருந்து தீர்த்தம் முத்தரித்துக் கொண்டு வந்த காட்டூர் பெரியகாவடி கூட்டத்துக்கு கொம்பூதிகளும் கொட்டுக்காரர்களும் கரகாட்டக்காரர்களும் இவர்களை போட்டிக்கு அழைத்தனர். வருசா வருசம் நடக்கும் போட்டிதான்.

இவர்கள் எல்லோரும் அவசரமாக மறுபடியும் கூடினர். எதிரணியில் மூன்று கொம்பூதிகள் இருந்தனர். இவன் ஒற்றைக் கொம்பூதி. ஆனால் இவனின் கொம்பு உச்சத்தைத் தொட்டது. கொட்டுக்காரர்களும் விட்டுக்கொடுக்கவில்லை. அடுத்ததாக கரகாட்டத்தில் குறவன் குறத்தி ஆட்டம், இரு அணிகளுக்கும் நேரடியாகப் போட்டி மூண்டது. ஓய்வின்றி நாயன வாசிப்பு. விசை கொண்ட மத்தள ஒலி. ஆட்டம் விறுவிறுப்பை எட்டியதும் மற்ற காவடிக்காரர்களும் சாமி தரிசனம் செய்யவந்த சனங்களும் திரண்டு வேடிக்கை பார்க்க ஆரம்பித்தனர். ஆற்றுவெளியே உற்சாகத்துக்கு ஆட்பட்டதுபோல இருந்தது.

பெரிய குறத்தியும் குறவனும் பின்வாங்கவில்லை. சாகசங்களில் இறங்கினர். இப்போது சுற்றி வந்து நான்கு சின்னக் குறத்திகளும் ஆடினர். கண்மை தீட்டிய சங்கு போன்ற விரிந்த விழிகள் ஒருத்திக்கு இவனையே பார்த்தபடி ஆடினாள். நல்ல உயரம், இடுப்பு அசைவில் ஒருவிதக் கவர்ச்சி. அவள் பார்வையை இவனைவிட்டு மாற்றவில்லை. சின்னக் குறவன் படுத்துக்கொண்டான். குறத்தி வாயில் கவ்விய கத்தியால் வாழைப்பழம் வெட்டும் சாகசம் நிகழ்த்தினாள். குறவன் இரட்டை அர்த்தத்தில் பேசி சிரிப்பு மூட்டினான்.

அவள் கிட்டத்தில் வந்து இவன்மேல் உரசி ஆடிப் போனாள். கண் ஜாடை காட்டினாள். இவனுக்கு ஒருகணம் மூச்சு முட்டியது. மனசுக்குள் 'திக்'கென்றது. உதடுகள் தானாக 'சீக்கி'யைப் பிரிந்தது. அவள் வட்டமிட்டு அபிநயத்தபடியே இவனைப் பார்த்துச் சிரித்தாள். நேரம் போயிற்று.

அனல் வெயில், சூடேறிய மணல் பாதங்களைச் சுட்டன. தீர்த்தக் கலசமும் காவடியும் சுமந்த காட்டூர் காவடிக்காரர்கள் கலைந்துபோக சப்தமிட்டனர். இந்த வருசமும் இவர்களே வென்றனர். காவடிகள் பிரிந்தன.

ஆற்றில் கழுத்துமுட்ட நீர் ஓடிற்று. அடியாழத்தில் நீர்பச்சை படிந்த கூழாங்கற்களின்மேல் பாதங்கள் பிடிமானமில்லாமல் வழுக்கின. காவடிக்காரர்கள் பெரிய வீட்டுக்காரர் சப்தம் போட்டார்.

"ஆத்துல தண்ணீ சாஸ்தி... எல்லோரும் வேய்க்கானமா வாங்க... ஒத்தீல போயிறாதீங்க... தண்ணீ அடிச்சுட்டுப் போயிரு... முடியாதவங்க புடிச்சு வாங்க..."

இவன் கொம்பை இடதுகையால் தலைக்குமேலே தூக்கிப் பிடித்துக்கொண்டு ஆற்றில் இறங்கினான். நீர்ப்பிரவாகம் பயமுறுத்திற்று. ஆகாயத் தாமரைகள் வேருடன் மிதந்துவந்தன. இவன் வலது தோள் பற்றியது ஒரு வளைக்கரம். ஜாதிமல்லிப் பூவின் வாசனை. கரகத்துடன் அவள். கண்மை தீட்டிய சங்குபோன்ற விரிந்த விழிகள் கிட்டத்தில் நோக்கின. அவள் இடதுகை இவன் இடுப்பை வளைத்துக்கொண்டது. நீருக்குள் இவன் பாதத்தின்மேல் பாதத்தை வைத்து அழுத்தினாள்.

"நான்... சாந்தினி."

இவனுக்கு வார்த்தைகள் வெளிவரவில்லை. சுழித்தோடும் நீரின் சலனத்தைக் கேட்டபடியே முன்னேறினான்.

"நீங்க ஒத்தையில எதிர்க் கொம்புக்காரங்களைச் சமாளிச்சீங்க.."

இவன் அசட்டுச் சிரிப்பு சிரித்தான். அவள், இவன் இடுப்பைக் கிள்ளி கிச்சுகிச்சுப்படுத்தினாள்.

"நான்... நல்லா ஆடினேனா?"

"ம்ம்ம்..."

"ஊர் போனதியும் செல்போன் வாங்கறேன், நம்பர் கொடுக்கறேன்.. நீங்க செல்போன் வாங்கலியா?"

"ம்ம்ம்ம்...."

"உங்களை நான் 'ம்ம்ம்'ன்னுதான் கூப்பிடப்போறேன்..."

"ம்ம்ம்..."

அவள் சாயம்பூசிய உதடுகளில் புன்னகை விரிந்தது. கொட்டுக்காரர்கள் இருவரையும் பார்த்துச் சிரித்தனர். தண்ணீர் அளவு குறைய ஆரம்பித்தது. அவள் பிரிந்து கரகாட்டக் கோஷ்டியினருடன் சேர்ந்துகொண்டாள். நீர்வெள்ளத்தைக் கடந்து பெருநாரைக்கூட்டம் போயிற்று. அக்கரை மணல்வெளி தகிக்கும் சூடேறிக் கிடந்தது.

பெரிய வீட்டுக்காரர் கீற்றுப் பந்தல் ஒன்றைப் பிடித்து காவடியை ஒற்றினார். புரோகிதர் வந்தவுடன் காவடிக்காரர்கள் குளித்து, கலசத்தில் தீர்த்தம் முத்திரிக்க வரிசையாக நீருக்குள் இறங்கினர். அவள், இவன் கிட்டத்தில் வந்தாள்.

"நம்ம விசயம் ரொம்ப ரகசியா இருக்கணும்... குறத்தியக்காவுக்குத் தெரிஞ்சுரக்கூடாது. நான் இனி உங்கள பாக்கமாட்டேன். பேச மாட்டேன். ஆனா ஒவ்வொரு நிமிசமும் நெனைச்சுக்கிட்டே இருப்பேன். அடுத்த வருசம் காவடி முடிஞ்சதியும் நாம கலியாணம் பண்ணிக்கலாம்."

அவள் கொலுசொலி அதிர திரும்பிப் பார்க்காமலேயே நடந்து கரகாட்ட கோஷ்டியினரிடம் போய்விட்டாள். இவனுக்கு எல்லாம் கனவில் நடப்பதுபோலவே இருந்தது. அண்ணாந்து உச்சிப்பொழுதைப் பார்த்தான். உச்சிப்பொழுதுதான் சாட்சி என நினைத்தான். நான்கு மாதங்கள் போயிருந்தன. ஆடி கடுங் கோடைக்காற்று மரங்களை ஆவேசமாக உலுக்கிக் கொண்டிருந்த மதியத்தில் இவனுக்கு ஒரு கடிதம் வந்தது. அப்போது இவன் நல்லமடம் பள்ளிக்கூடத்தின் முன்பு ஐஸ் விற்றுக்கொண்டிருந்தான். தபால்காரர் கொடுத்த நீலவண்ணக் கடிதத்தை தள்ளிப்போய் நின்று பிரித்தான். அதே உச்சிப்பொழுது பார்க்க சாந்தினியின் முத்து முத்தான கையெழுத்துகள். என் அன்பு 'ம்ம்ம்' க்கு எனத் தொடங்கி கடிதமெங்கும் விரவிக்கிடந்தது. இறுதியில் ஓர் செல்போன் எண்ணும் கொடுத்திருந்தாள்.

இவன் ஐஸ் வியாபாரத்தைப் பாதியில் விட்டுவிட்டு மளிகைக் கடையைநோக்கி மிதிவண்டியைச் செலுத்தினான். ஒரு ரூபாய் நாணயம் போட்டு சாந்தினியிடம் பேசினான். பன்னிரண்டு நாணயங்கள் தேவைப்பட்டன. மறுதினமே தெற்கு வளவு பண்ணாடியிடம் வட்டிக்குக் கடன் வாங்கி செல்போன் வாங்கினான். ஐப்பசி வரைக்கும் இருவரும் அடிக்கடி பேசிக்கொண்டேயிருந்தார்கள். அடைமழை கொட்டிய ஒரு ராத்திரியில் சாந்தினியின் செல்போன் எண் திடீரென அணைத்துவைக்கப்பட்டிருப்பதாக வந்தது. ஐந்து மாதங்கள் கழிந்தன.

அதன்பின்பு இன்றுவரை தொடர்புகொள்ள முடியவே இல்லை. தஞ்சாவூர் சென்று தேடலாம் என்றுகூட நினைத்தான். ஏனோ செல்ல மனம் ஒப்புக்கொள்ளவில்லை. இவனுக்கு இந்த வருசம் காவடிக்குக் கரகாட்டம் ஆட, சாந்தினி எப்படியும் வந்துவிடுவாள் என்கிற நம்பிக்கை இருந்தது. முடிந்தால் பழனிமலையில் வைத்தே சாந்தினியை கல்யாணமும் செய்து கொள்ளவேண்டும் எனவும் தீர்மானிந்திருந்தான்.

அன்று சாயங்காலத்திலிருந்தே ஊர் சனங்கள் குதூகலித்துக் கிடந்தனர். காவடி கொடுமுடி கிளம்பும் நேரத்துக்காகக் காத்திருந்தனர். இருள் சூழ்ந்தும் இவன் கொம்பை எடுத்துக்கொண்டு ஊர்த் தலைவாசல் போனான். ஏற்கெனவே கொட்டுக்காரர்கள் வீதிவிளக்கு வெளிச்சத்தின்கீழ் வட்டமிட்டு நின்று பலகையடித்துக் கொண்டிருந்தனர். காவடி எடுப்பவர்கள் விநாயகர்கோவில் கல்திண்ணையெங்கும் அமர்ந்திருந்தனர். எல்லோரும் மஞ்சள் வேட்டி மஞ்சள் துண்டு அணிந்து ஒரேமாதிரி இருந்தனர். இவனும் கொட்டுமுழக்கு ஓசைக்கு இணக்கமாகக் கொம்பு ஊதத் தொடங்கினான்.

அந்தச் சமயத்தில் டெம்போ ஒன்று வந்து நின்றது. ஒருவர்பின் ஒருவராக டிரம்ஸ் அடிப்பவர்களை இறக்கினர். விநாயகர்கோவில் வாசலுக்குச்சென்று சாமி கும்பிட்டனர். பின்வீதி விளக்கு வெளிச்சத்துக்கு வந்தனர். தப்பட்டைக்காரர்கள் அணியாகப் பிரிந்து நின்றனர். நடுநாயகமாக டிரம்ஸ் அடிப்பவன் நின்றான்.

டிரம்ஸ் முழங்கிற்று. தப்பட்டைக்காரர்கள் தப்படி வைத்து ஆட்டத்தைத் தொடங்கினர். காலடியில் புழுதிகள் கிளம்பின. இவன் கொம்பூதுவதை நிறுத்தினான். கொட்டுக்காரர்களும் பலகையடிப்பதை நிறுத்தினர். இவன் கொட்டுக்காரர்களைக் கூட்டிக்கொண்டு பெரிய வீட்டுக்காரரை நோக்கிப் போனான்.

"என்ன சாமி இதெல்லாம்?"

அபிசேகம் கரைத்துக் கொண்டிருந்த பெரிய வீட்டுக்காரர் எதுவும் பேசாமலேயே இருந்தார்.

"எங்கள வேண்டாமுன்னு சொன்னா நாங்களே நின்னுக்கறோம். எதுக்கு இப்படி கூப்பிட்டு வச்சு அவமானப்படுத்தனும்?"

"நான் என்னப்பா பண்ணுவேன்.. எல்லாம் நம்ம ஊர் இளவட்டங்கள் எடுத்த முடிவு.."

"அப்ப, நாங்க எல்லா நல்லா அடிக்கறதில்லை.. ஊதறதில்லின்னு சொல்றீங்களா?"

பெரிய வீட்டுக்காரர் தலையைத் தாழ்த்திக்கொண்டார். அந்தக் கணம் இளவட்டத்திலிருந்து ஒரு குரல் வந்தது.

"பின்னே... சாவுக்கு அடிக்கறமாதி செத்தடி அடிக்கறீங்க... ஊதுறீங்க.. அத நாங்க பொறுத்துக்கிட்டு உங்களையே கட்டிகிட்ட அழனும்"

"சாமி அபாண்டமா பழி சுமத்தாதீங்க... அந்தப் பழனி ஆண்டவனுக்கே பொறுக்காது"

இளவட்டங்கள் ஆளாளுக்கு குறைசொல்ல ஆரம்பித்தனர். பெரிய வீட்டுக்காரர் எழுந்து இருபக்கமும் கத்தி, அமைதிப்படுத்தினர். பின் இவர்களைப் பார்த்து பேசினார்:

"இங்க பாருப்பா... காவடி பொறப்படற நேரத்துல எதுக்கு வீண்சண்டை இந்த வருசம் டிரம்ஸ் வரட்டும். பேசி முடிவு பண்ணிக்குவோம் உள்ளூர் ஆட்கள் நீங்கதான் விட்டுக்குடுக்கனும்."

கொட்டுக்காரர்கள் தங்களுக்குள்ளே பேசியபடியே கலைந்து போனார்கள். இவனுக்கு இயலாமையினால் மனம் வேதனைப்பட்டது. அவமானப்பட்டுவிட்டதுபோல உணர்ந்தான். ஊர்சனங்கள் டிரம்ஸின் ஆட்டத்தை ரசித்துக் கொண்டிருந்தனர். கொம்பை தோளில் தொங்கவிட்டப்படி தலைவாசலைவிட்டுப் புறப்பட்டான். அப்போது வந்து நின்ற வெள்ளை நிற வேனிலிருந்து கரகாட்ட கோஷ்டியினர் இறங்கினர்.

பழைய ஆட்கள் எல்லோருமே இருந்தனர். சாந்தினியை மட்டும் காணவில்லை. அவர்கள் ஒப்பனை செய்ய ஊருக்குள் நடந்தனர். இவன் பின்னால் சென்று பெரிய குறத்தியிடம் கேட்டான்:

"எங்கே சின்னக்குறத்தியில ஒரு ஆளு கொறையுது?"

"ஓ? சாந்தினியைக் கேட்கறீங்களா?"

"ம்ம்ம்"

பெரியகுறத்தி திரும்பி சின்னக் குறவனைக் கூப்பிட்டாள்.

"டேய் சுரேஷூ... பாத்தியா.. இந்த ஊர்ல உம்பொண்டாட்டிக்கு ரசிகர்."

சின்னக் குறவன் சிரித்தான்.

"அவ மூணு மாசம் முழுகாம இருக்கா... டாக்டரு ஆடக்கூடாதுன்னு சொல்லியிருக்காரு.."

இவனுக்குக் காலடியில் நிலம் பிளப்பதுபோல இருந்தது. வீதி வீதியாக நுழைந்து நிராசையுடன் நடந்தான். சல்லிமண் திண்ணைக்கு

வந்து படுத்தான். பின்வளவில் கொட்டுக்காரர்கள் இன்னும் புலம்பிக் கொண்டிருந்தனர். சாந்தினி நினைப்பு வந்ததும் காறித் துப்பினான். கண்களில் வழிந்த நீரைத் துடைத்துக்கொண்டான்.

நடுச்சாமம் கடந்தபின், டிரம்ஸ் முழங்க காவடி கிளம்பிற்று. திடீரென ஊரும் அடங்கிப்போயிற்று. இவனுக்கு உறக்கமே வரவில்லை. தனித்துவிடப்பட்டவன்போல உணர்ந்தான். அம்மா கொம்பு ஊதும் சித்திரம் மனதுக்குள் திரும்பத்திரும்ப எழுந்தது. இவன் எழுந்து கொம்பை எடுத்துக்கொண்டு வீதிக்கு வந்தான். தெற்கே திரும்பி நின்றான். இருளில் பழனிமலை படிக்கட்டு விளக்குகள் ஜெகஜோதியாக எரிந்துகொண்டிருக்கும் காட்சி தெரிந்தது. கொம்பை வெறிகொண்டு ஊதத் தொடங்கினான். கொம்பின் முழக்கம் உச்சஸ்தாயிக்குப் போனது. எங்கிருந்தோ வந்த நாய்கள் எதிரில் நின்று குரைக்கத் தொடங்கின.

• • •